பார்வை

பார்வை

பெருங்கட்டூர் பொ. ராஜகோபால் (பி.1953)

'பார்வை' என்ற கூத்தை உருவாக்கியவர்கள் பெருங்கட்டூர் பொ. ராஜகோபால், ஹன்னா எம்.டி. புரூயின் ஆகியோர் இணைந்து கதாபாத்திரங்களோடு கூத்திற்கான பிரதியை வடிவமைத்தனர். வசனம், பாடல்கள் அனைத்தும் எழுதியவர் பொ. ராஜகோபால். அவர் பாரம்பரியக் கட்டைக்கூத்துக் கலைஞர். அவரின் நடிப்பு, பாட்டு வர்ண (இசை) மெட்டு, உரையாடல், பாத்திர நுழைவு ஆகியவை நிகழ்த்துக் கலை வடிவமான கட்டைக்கூத்தில் வேரூன்றியவை.

நாடகத்தைக் கருத்துருவாக்கத் தேவையான ஆராய்ச்சியை ஹன்னா செய்தார்: 'லா பயடெரே' *(La Bayadère)* என்ற பாலேயின் வரலாற்றையும் ஜேக்கப் ஹாஃப்னர் இந்தியாவில் மேற்கொண்ட பயண அனுபவங்களையும் படித்தார். 18, 19ஆம் நூற்றாண்டுகளில் தென்னிந்தியாவின் சமூக நிலைமைகள், வர்த்தகத்தின் தன்மை, காலனித்துவ நிர்வாகம், இந்திய உயரடுக்குகள் ஈடுபட்டிருந்த ஊழல் நிறைந்த வணிக நடைமுறைகள் ஆகியவற்றுடன் பிரிட்டிஷ் தானிய ஏற்றுமதி, உணவுக் கொள்கைகளால் ஏற்பட்ட மாபெரும் மதராஸ் பஞ்சத்தையும் ஆராய்ந்து பார்வை என்ற கூத்து உருவாக்கப்பட்டது.

பெருங்கட்டூர் பொ. ராஜகோபால்

பார்வை

காலச்சுவடு பதிப்பகம்

● அன்பார்ந்த வாசகருக்கு,

வணக்கம்.

காலச்சுவடு நூலை வாங்கியமைக்கு நன்றி.

நூலின் உள்ளடக்கம், உருவாக்கம், அட்டைப்படம் இன்ன பிற அம்சங்கள் பற்றிய உங்கள் கருத்துகளையும் ஆலோசனைகளையும் காலச்சுவடு வரவேற்கிறது. தகவல், எழுத்து, வாக்கியப் பிழைகள் தென்பட்டால் அவசியம் தெரிவித்து உதவுங்கள். நூல் தயாரிப்பில் கடும் குறைபாடு இருப்பின் மாற்றுப் பிரதி உங்களுக்குக் கிடைக்கக் காலச்சுவடு ஏற்பாடு செய்யும்.

மின்னஞ்சல்: publisher@kalachuvadu.com

காலச்சுவடு நாகர்கோவில் அலுவலகத்துக்குக் கடிதம் அனுப்பலாம்.

தங்கள்
எஸ்.ஆர். சுந்தரம் (கண்ணன்)
பதிப்பாளர் – நிர்வாக இயக்குநர்

பார்வை ✽ நாடகம் ✽ ஆசிரியர்: பெருங்கட்டூர் பொ. ராஜகோபால் ✽ © பொ. ராஜகோபால் ✽ முதல் பதிப்பு: டிசம்பர் 2024 ✽ வெளியீடு: காலச்சுவடு பப்ளிகேஷன்ஸ் (பி) லிட்., 669, கே.பி. சாலை, நாகர்கோவில் 629001

காலச்சுவடு பதிப்பக வெளியீடு: 1314

paarvai ✽ Play ✽ Author: Perungattur Po. Rajagopal ✽ © P. Rajagopal ✽ Language: Tamil ✽ First Edition: December 2024 ✽ Size: Crown ✽ Paper: 18.6 kg maplitho ✽ Pages: 64

Published by Kalachuvadu Publications Pvt. Ltd., 669 K.P. Road, Nagercoil 629001, India ✽ Phone: 91-4652-278525 ✽ e-mail: publications@kalachuvadu.com ✽ Printed at Mani Offset, Chennai 600077

ISBN: 978-93-6110-601-9

12/2024/S.No. 1314, kcp 5391 18.6 (1) 8ss

பசியற்ற உலகைக் காணக் கனவுகண்ட
டாக்டர் எம்.எஸ். சுவாமிநாதனுக்கும்
கட்டைக்கூத்து சங்கம் தொடங்கிய
1990ஆம் ஆண்டிலிருந்தே அதை
ஆதரித்துவரும் நாடகக் கலைஞர்
மீனா சுவாமிநாதனுக்கும்

முன்னுரை

'பார்வை' என்ற கட்டைக்கூத்து நாடகம் 1877இல் ரஷ்யாவின் செயின்ட் பீட்டர்ஸ்பர்க்கில் அரங்கேற்றிய 'லா பயடெரே' என்ற மேற்கத்திய பாலே நாட்டிய நாடகத்திற்கான எதிர்வினை. லா பயடெரே பாலே ஒரு கோவில் தேவதாசியின் கதையைச் சொல்கிறது. மேலும் டச்சு வியபாரி ஜேக்கப் ஹாஃப்னரின் *(Jacob Haafner, 1754-1809)* பயணக் குறிப்பு புத்தகம் பார்வை உருவாக உந்துதலை அளித்துள்ளது. (ஜேக்கப் என்னும் பெயரை டச்சு மொழியில் யாகோப் என்று கூறுவார்கள்.) இப்புத்தகத்தின் கரு[1] சோழமண்டலக் கடற்கரை வழியிலான பல்லக்குப் பயணம் பற்றியது. 19ஆம் நூற்றாண்டில் ஐரோப்பியர் இந்திய மக்களை எப்படிப் பார்த்தார்கள்? காலனித்துவ ஆட்சியின் கீழ் இருந்த சாதாரண இந்திய மக்கள் ஐரோப்பியரை எப்படிப் பார்த்தார்கள் என்பதே இக்கூத்து.

ஹாஃப்னர் காலனித்துவ எதிர்ப்பாளர். 1808இல் வெளியான பயணக் குறிப்புப்

1. Jacob Haafner, 1997 (1808). Reize in Eenen Palanquin: Of Lotgevallen En Merkwaardige Aanteekeningen Op Eene Reize Langs de Kusten Orixa En Choromandel. J.A. de Moor and P.G.R.I.J, van der Velde, De Werken van Jacob Haafner, 3 Vols. Zutphen (The Netherlands): Walburg Pers.

புத்தகத்தில் அவர் காலனித்துவவாதிகளையும் குறிப்பாக கிறிஸ்தவ மிஷனரிகளின் நடத்தையையும் விமர்சித்தார். அவர் இந்தியாவின் இயல்பு, மக்களின் பல்வேறு கலாச்சார நடைமுறைகள் ஆகியவைமீது உண்மையான அன்பைக் கொண்டிருந்ததாகத் தெரிகிறது. ஹாஃப்னர் தன் பயணக் குறிப்புப் புத்தகத்தில் தேவதாசியான மாமியா என்ற பெண்மீதான தன் காதலை விவரிக்கிறார். மாமியா அகால மரணம் அடையும்வரை ஹாஃப்னர் பல ஆண்டுகள் அவருடன் உறவில் இருந்தார்.

'பயடெரே': மேற்கத்தியரின் கற்பனையான பெண் பாத்திரம்

மாரியஸ் பெபிடா நடனம் அமைத்து, லுட்விக் மின்கஸ் இசையமைத்த லா பயடெரே தெளிவற்றொரு காலத்தைச் சேர்ந்த கற்பனையான இந்தியாவைக் களமாகக்கொண்டது. மற்ற ஐரோப்பிய பாலேக்களிலும் இசைக்கலைகளிலும் 'பயடெரே' அல்லது கீழைத்தேயத்தைச் சேர்ந்த நடனப் பெண் பாத்திரத்தின் மீது ஒரே மாதிரியான பாலியல் சித்தரிப்புகள் உள்ளன. அந்த நடனப் பெண் பாத்திரத்திற்கு எதிர்வினையாகப் பார்வை கூத்தில் கமலாதேவி என்னும் பாத்திரம் உருவாக்கப்பட்டுள்ளது. லா பயடெரே பாலே நிகழ்வு கீழைத்தேயம் குறித்த மேற்கத்தியப் பார்வை, இனவெறி, ஆணாதிக்கம் ஆகியவற்றைக் கொண்டுள்ளதாக விமர்சனம் எழுந்தது. இன அடையாளங்கள், மற்றமை ஆகியவற்றை இழிவாகச் சித்தரிக்கும் கூறுகளுக்குச் சமகால அரங்கில் இடமில்லை என்றாலும், இந்தக் கூறுகள் 19ஆம் நூற்றாண்டின் பாலேக்களிலும் ஓபராக் களிலும் ஏற்றுக்கொள்ளக்கூடியவையாகவும் பிரபல மாகவும் இருந்தன. புலிகள், நெருப்போடு தொடர்புடைய சடங்குகள், கறுத்த முகம் கொண்ட 'உள்ளூர்வாசிகள்', துறவிகள், கைகளில் பூங்கொத்துகளை வைத்திருக்கும் கோவில் நடனக் கலைஞர்கள், பாலுறவு வேட்கை கொண்ட பிராமணப் பூசாரிகள் ஆகியவை அந்த பாலே நிகழ்வில் இருந்தன. நடனம் ஆடும் சிவன், புத்தர் சிலை, லா பயடெரே

பாலேயில் நாயகன் அபின் புகைக்கும் காட்சி, அதன் பிறகு அவன் 'நிர்வாண' நிலை அடைவது ஆகியவையும் இருந்தன. அந்தக் காலத்தில் மேற்கத்தியப் பெண் நடனக் கலைஞர்களின் சிக்கனமான ஆடைகளும் அவர்களுடைய சதைகளும் பாலுணர்வைத் தூண்டுபவை யாகக் கருதப்பட்டன. அதுபோலவே கீழத்தேயப் பெண் நடனக் கலைஞரின் உருவம் மேற்கத்திய மேல்தட்டுப் பார்வையாளர்களுக்கு உவப்பான முறையிலும் (ஆணின்) பார்வைக்கு விருந்தாகவும் அமைந்தது. கற்பனையில் உதித்த பெண் பாத்திரம் துருக்கியில் தொடங்கி கிழக்கு நோக்கி நகரும் எந்தக் குறிப்பிட்ட இடத்துடனும் பொருந்தவில்லை. இந்த இடங்களைச் சேர்ந்தவர்களின் பிரதிநிதித்துவம் இதில் இல்லை. அந்தப் பெண் அடைய முடியாதவள்; காதல் நிறைவேறாததால் 'காவிய' மரணத்தைத் தழுவியவள்.

கமலாதேவியும் ஜேக்கப் ஹாஃப்னரும்

'பார்வை' என்ற கூத்தில் முக்கியக் கதாபாத்திரங் களில் ஒருவர் கமலாதேவி. பாலேவில் வரும் பெண்ணைப் போல அவர் நடனக் கலைஞர் அல்ல; கட்டைக்கூத்துக் குழுவில் தொழில்முறை நடிகை. பயடெரே பாத்திரத்திற்கு மாறாகக் கமலாதேவிக்குக் குரல், கருத்து, மன தைரியம், மனிதாபிமானம், நடிப்புத் திறன் ஆகியவை உண்டு. 'பார்வை' நாடகத்தில் ஜேக்கப் ஹாஃப்னரின் இருப்பை ஒரு நூற்றாண்டுக்குப் பிந்தையதாக மாற்றி கமலாதேவி நடிப்பைக் காணவும் இவளைச் சந்திக்கவும் வாய்ப்பு உருவாகிறது.

தங்கள் வாழ்க்கையின் வரலாறுகள் ஒன்றுபோல் இருப்பதை ஜேக்கப்பும் கமலாதேவியும் கண்டறிகிறார்கள். இருவரும் இளம் வயதிலேயே அனாதையானவர்கள். உயிர் பிழைக்கவும் வாழ்க்கையில் மேலே வரவும் இருவரும் போராட வேண்டியிருந்தது. கமலாதேவிக்குக் குழந்தைப் பருவத்தில் தன்னைவிட மிகவும் மூத்தவருடன்

திருமணமாகிறது. திருமணத்துக்குப் பின் விரைவிலேயே கணவர் இறந்துவிடுவதால் கமலாதேவி இளமை வயதிலேயே விதவையாகிவிட்டாள். புகுந்த வீட்டாரின் கொடுமையைத் தாங்க முடியாமல் கமலாதேவி மாமியார் வீட்டைவிட்டு வெளியேறுகிறார். பட்டினி கிடந்து வாடும் அவளை நடிகர்கள், இசைக்கலைஞர்கள் அடங்கிய கூத்துக் குழுவின் தலைவி தத்து எடுத்துக்கொள்கிறார். நாகபூஷணம் என்ற அந்த மூத்த நடிகையிடம்தான் கமலாதேவி நாடகத் தொழிலைக் கற்றுக்கொள்கிறாள்.

ஜேக்கப்பின் தந்தை டச்சு கிழக்கிந்தியக் கம்பெனியில் (V.O.C.) பணிபுரியும் அறுவை சிகிச்சை நிபுணர். தென்னாப்பிரிக்காவில் கேப் டவுனுக்கு வருவதற்குச் சற்று முன்பு அவர் இறந்துவிடுகிறார். அப்போது அவர் மகன் ஜேக்கப்புக்கு 12 வயது. இந்தோனேசியாவில் படாவியாவுக்குச் செல்லும் கப்பலில் கேபின் பையனாக ஜேக்கப்புக்கு வேலை கிடைக்கிறது. பின்னாளில் நாகப்பட்டினத்திலும் சதராஸ்பட்டினத்திலும் டச்சு இந்தியா நிறுவனத்தில் புத்தகக் காப்பாளராகப் பணிபுரிந்தபடியே வர்த்தகத்தையும் மேற்கொள்கிறான். தமிழ், உருது, இந்துஸ்தானி, தெலுங்கு, சமஸ்கிருதம் ஆகிய மொழிகளைக் கற்றுக்கொள்ளும் ஜேக்கப் உள்ளூர்க் கலாச்சாரம், பழக்கவழக்கங்கள், நிலப்பரப்புகள் பற்றி அறிந்துகொண்டு பனாரசின் முன்னாள் பிரிட்டிஷ் ஆளுநரின் காப்பாளராக வேலை செய்கிறான்.

மாபெரும் மதராஸ் பஞ்சமும் ஒரு பிரிட்டிஷ் பெண் புகைப்படக் கலைஞரும்

லா பயடெரே என்ற பாலே ஐரோப்பாவில் 1877இல் அரங்கேற்றப்பட்ட அதே சமயத்தில்தான் தென் இந்தியாவில் மாபெரும் மதராஸ் பஞ்சம் (1876-1878) தாக்கியது.[2] இந்தப் பேரழிவின்போது சுமார் 56 லட்சம் பேர்

---

2. Wikepedia: The Great Madras Famine of 1876-1878:
   https://en.wikipedia.org/wiki/Great_Famine_of_1876%E2%80%931878.

உயிரிழந்தார்கள். தென்னிந்திய மக்களின் மரபணுக்களில் பசியின் நினைவுகள் அழுத்தமாகப் பதிந்திருக்கின்றன. அவர்கள் ஒருவரை ஒருவர் சந்தித்துக்கொள்ளும்போது கேட்கும் முதல் கேள்வி, 'சாப்பிட்டுவிட்டீர்களா?' என்பது தான். பஞ்சத்தால் இறந்த பெயர் தெரியாத எண்ணற்ற மக்களின் நினைவாக அடையாளச் சின்னங்களோ சிலையோ எதுமே இல்லை. எனினும், இந்தப் பஞ்சத்தின் காட்சிகளை ஆங்கிலேயே இராணுவ அதிகாரி வில்லோபி வாலட் ஹூப்பர் *(Willoughby Wallace Hooper)* புகைப்படம் எடுத்திருக்கிறார்.[3] பட்டினியால் வாடும் மக்களின் புகைப்படங்களைக் கொடூரமான, மனிதத்தன்மையற்ற விதத்தில் அவர் படம் பிடித்தார்.

பார்வை, தனது கேமரா லென்ஸ் மூலம் பஞ்சத்தைப் பார்க்கும் பெண் புகைப்படக் கலைஞரை ஒரு பாத்திரமாகக் கொண்டிருக்கிறது. மதராஸ் ஆளுநரின் தங்கையான புகைப்படக் கலைஞர் குவின்டினா தன் அண்ணனைச் சந்திக்க இங்கிலாந்திலிருந்து வருக்கிறாள். பழவேற்காட்டில் ஆளுநரின் நிதியுதவியுடன் கட்டப்பட்ட கோயிலின் திருவிழாவிற்கான தொடக்க விழாவில் குவின்டினா தனது சகோதரரின் சார்பாகக் கலந்துகொள்கிறாள். குவின்டினா எங்கள் கற்பனையில் உதித்த பெண்தான் என்றாலும் 19ஆம் நூற்றாண்டின் இறுதியில் ஆணாதிக்கம் நிலவிய புகைப்படத்துறையில் பெயர் பெறும் நோக்கத்துடன் மேல்தட்டைச் சேர்ந்த ஊக்கம் கொண்ட ஒரு பெண் இந்தியாவுக்குப் பயணம் செய்வது சாத்தியம்தான் என்று நாங்கள் நம்ப விரும்புகிறோம்.

கோவில் திருவிழாவிற்குப் பெருமளவில் நன்கொடை வழங்கிய ஜமீன்தார் கந்தசாமி முதலியார், ஜேக்கப் ஹாஃப்னரை கும்பாபிஷேகத்திற்கு வருமாறு அழைக்கிறார். இங்கேதான் குவின்டினா ஜேக்கப்பைச் சந்தித்து அவரைக்

3. Wikepedia: Willoughby Wallace Hooper: https://en.wikipedia.org/wiki/Willoughby_Wallace_Hooper.

காதலிக்கிறார். குவின்டினா, ஜேக்கப் இடையேயான உறவு சமூகரீதியாக ஏற்றுக்கொள்ளக்கூடியதாகவே இருந்திருக்கும்; ஆனால் ஜேக்கப்போ பிரிட்டிஷாரை வெறுக்கிறார். உள்ளூர்க் கலாச்சாரத்தையும் மக்களையும் அவர்கள் பழக்கவழக்கங்களையும் பிரிட்டிஷார் அவமதிப்பதாகக் கருதிகிறார். வில்லோபி வாலஸ் ஹூப்பர் செய்ததைப் போலவே, குவின்டினாவும் பட்டினியால் வாடும் மக்கள்மீது பரிவுணர்ச்சியைக் காட்டாமல் அவர்களைப் புகைப்படங்களுக்கு போஸ் கொடுக்க வலியுறுத்துகிறாள். அவளுடைய உணர்ச்சியற்ற, திமிர்பிடித்த நடத்தை ஜேக்கப்பை விரட்டுகிறது. குவின்டினாவின் ஆணவ குணம் பிடிக்காத ஜேக்கப் அவளைவிட்டு விலகுகிறார்.

கிராமத்தில் நடைபெறும் கூத்துக்கலை நிகழ்ச்சிக்குப் பிறகு ஒப்பனை அறையில் ஜேக்கப் முதன்முறையாகக் கமலாதேவியைப் பார்க்கும்போதுதான் அவர்கள் காதல் கதை தொடங்குகிறது. கொஞ்சம் தமிழும் பிற இந்திய மொழிகளும் பேசும் விசித்திரமான வெள்ளைக்கார வணிகர்மீது தனக்கு இருக்கும் கலவையான உணர்ச்சி களுடன் ‘பார்வை’ என்ற கூத்தில் கமலாதேவி போராடு கிறார். காலனித்துவ எஜமானர்களைக் காட்டிலும் உள்ளூர் மக்களை ஆதரிப்பதில் ஜேக்கப்புக்கு இருக்கும் விருப்பத்தை அவள் சோதிக்கிறாள். கமலாதேவி மேடையில் சூர்ப்பனகையாக நடிக்கும்போது ஆசைகளை அற்புதமாக வெளிப்படுத்துவாள். பக்திப் பிழம்பான துறவி நீலாம்பாள் வேடத்தில் நடிக்கும்போது தன்னடக்கத்தைச் சிறப்பாக வெளிப்படுத்த அவளால் முடியும். ஆனால் அவளது நிஜ வாழ்க்கை அப்படியல்ல. எனவே, தன்னை அவள் எப்படிப் பார்க்கிறாள் என்பது கூத்தின் இறுதிவரை ஜேக்கப்புக்கு விளங்காமலேயே இருக்கிறது.

புஞ்சையரசந்தங்கல், **பொ. ராஜகோபால்**
14-12-2024 **ஹன்னா எம்.டி. புரூயின்**

நன்றி

'பார்வை' நாடகத்தின் ஆங்கில வடிவமான The Gaze நாடகத்தை உருவாக்கி நிகழ்ச்சியை நடத்துவதற்கு மானியம் வழங்கிய புது தில்லியில் உள்ள நெதர்லாந்து தூதரகத்திற்கு எங்கள் நன்றி. டச்சு நேஷனல் பாலே என்னும் அமைப்பைச் சேர்ந்த ரேச்சல் போஷன் *(Rachel Beaujean)*, ஜோப் போர் *(Joep Bor)* ஆகியோருக்கும் நன்றி தெரிவித்துக்கொள்கிறோம்.

20 கட்டைக்கூத்து நடிகர்களும் இசைக் கலைஞர்களும் பங்குபெற்ற 'பார்வை' நடகத்தின் அரங்கேற்றம் 2024 ஜனவரி 6ஆம் தேதி புஞ்சரசந்தாங்கல் கிராமத்தில் உள்ள கட்டைக்கூத்து சங்கத்தில் நடைபெற்றது.

பார்வை நாடகத்தை கீழேயுள்ள க்யூ.ஆர். கோடின் மூலம் காணலாம்.

கட்டைக் கூத்தின் பிரதியை எப்படிப் படிப்பது?

1. பாட்டு (அல்லது தரு), விருத்தம் ஆகியவை வெவ்வேறு வகையானவை. விருத்தம் என்பது நான்கு நான்கு வரிகளாக இரண்டு சரணங்களைக்கொண்டது. ஒவ்வொரு சரணத்தின் முடிவிலும் ‘ஜதி’ இடம்பெறும். இந்த ஜதி ஹார்மோனியம், மிருதங்கம், டோலக், முகவீணை ஆகியவற்றில் வாசிக்கப்படும். நடிகர் தாளலயத்துடன் நடன அடவுகளை மேற்கொள்வார்.

2. விருத்தத்திற்கு ராகம் உண்டு; தாளகதி இருக்காது. பாட்டுக்கு ராகமும் தாளமும் உண்டு. விருத்தத்தில் அமைந்துள்ள ராகத்தின் மூலமாகப் பாத்திரத்தின் உணர்ச்சியை நடிகர் வெளிபடுத்துவார்.

3. ‘சந்திரகுல எ-மெ’ = சந்திரகுல என்ற (வர்ண) மெட்டில் அமைந்தது; அதாவது ‘சந்திரகுல’ என்னும் வார்த்தை யில் தொடங்கும் வர்ண மெட்டைப் பயன்படுத்துவது.

பாத்திரங்கள்

1. பெருமாள்
2. கண்ணாயிரம்
3. பல்லக்கு தூக்குபவர் (4)
4. யாகோப்
5. முனுசாமி
6. கட்டியக்காரன்-1
7. சூர்ப்பனகை
8. லட்சுமணன்
9. கமலாதேவி
10. நாகபூஷணம்
11. கந்தசாமி முதலியார்
12. அமராவதி
13. தீனதயாளன்
14. புவனகிரி ஐயர்
15 கண்டு

16. கனகம்
17. வரதன்
18. வடிவேலு
19. குயுன்டினா
20. கட்டியக்காரன்-2
21. நீலாம்பாள்
22. வேதாரண்யம்
23. கோதண்டபாணி

காட்சி 1

இடம்: மாதவரம்

(இயக்கம்: பெருமாள் வேலை செய்து கொண்டிருந்கிறார்; கண்ணாயிரம் சத்திரம் மேலே பார்த்து படித்தல்.)

பெருமாள்: என்னப்பா அப்படி மேலேய பாத்து கெடக்க?

கண்ணாயிரம்: பாக்கத்தானே கண்ணிருக்கு!

பெருமாள்: உன் பார்வையில சந்தேகம் தெரியுதே.

கண்ணாயிரம்: சந்தேகந்தான் பெரியவரே.

பெருமாள்: ஏய் அப்பு என் பேரு பெரியவர் இல்ல, பெருமாள்.

கண்ணாயிரம்: என் பேரு அப்பு இல்ல கண்ணாயிரம்.

பெருமாள்: அப்பா கண்ணாயிரம், நீ எந்த ஊரு?

கண்ணாயிரம்: களத்தூரிலிருந்து கிளம்பிட்ட மில்ல.

பெருமாள்: எதுக்கு?

கண்ணாயிரம்: வேல தேடிதான்.

பெருமாள்: வேலைக்குப் போறவன் சத்திரத்தையே ஏன் பாத்துக் கெடக்க?

கண்ணாயிரம்: இந்தச் சத்திரத்தின் மேலே கமலாதேவி யாகோபாஸ்னு எழுதியிருக்கே, அதான்...

பெருமாள்: புரியாம. புரியுற மாதிரி சொல்ரன் வா.

கண்ணாயிரம்: சொல்லு சொல்லு.

பெருமாள்: அந்தக் காலத்துல.

கண்ணாயிரம்: எந்தக் காலத்துல?

பெருமாள்: குறுக்க பேசாம கேளு. சுமார் 150 வருஷம் மேலே இருக்கும். அப்ப இந்த மாதாவரத்தில் கமலாதேவின்னு ஒரு அம்மா நல்லா கூத்தாடுவாங் களாம். அவங்க ஆடறாங்கன்னு சொன்னா பத்து ஊர் ஜனங்க பறந்து கட்டிக்கினு வந்து பாக்குமாம்.

கண்ணாயிரம்: என்னாத்த கட்டிக்கினு?

பெருமாள்: டேய், சோத்து மூட்ட எடுத்துகினு வண்டி கட்டிக்கினு வந்துடுமாம்.

கண்ணாயிரம்: அப்டியா?

பெருமாள்: அப்படியிருக்கும்போது ஒருநாள்...

காட்சி 2

இடம்: மாதாவரம்

பல்லக்கு தூக்குபவர் பாட்டு:

தாலாட்டி தூக்குவோமடா பல்லக்க
தாலாட்டி தூக்குவோமடா
தாலாட்டிதான் தூக்கிக்
கோலாட்டம் போட்டுக்கிட்டு (தா)

பாட்டைத்தான் பாடுங்கடா நடைமாள
பாட்டைத்தான் பாடுங்கடா
பாட்டைத்தான் பாடிக்கொண்டு (வழி)
பாட்டையில் நடக்கணும் (பா)

யாகோப்: *Thank you. Down. Down!* இந்தப் புளிமரத்தின் கீழே இறக்குங்க *(பல்லக்கு இறக்குதல்).* முனுசாமி எங்க இருக்க?

முனுசாமி: உங்க பின்னாடியேதான் வர்ரன். *Goede middag, mijnheer!*

யாகோப்: ஹே மேன்! எதுக்கு டச்சு இங்லீஸ் போட்டுக் கொழப்பற? எனக்குத்தான் தமிழ் வருமே. தமிழே சொல்லு!

முனுசாமி: வணக்கம் தொர.

யாகோப்: இன்று *(பொழுது)* இந்த குளக்கரையில் தங்கி நாளை புறப்படலாம். என்ன சொல்ற?

முனுசாமி: ஆவட்டம் தொர. நான் சாப்ட ஏற்பாடு பண்றன்.

யாகோப்: அப்படியே செய். நான் கொஞ்சம் இந்த இடத்தில் சுற்றி பார்க்கிறேன்.

முனுசாமி: ஏம்பா ஒரு ஆளு அடுப்புக்குகொண்டா. ஒருத்தர் ஒலை வை; நீ காய் கசங்க நறுக்கு; நீ மசாலா அரைச்சிடு; நான் தண்ணி கொண்டுவர்ரன். சீக்கிரம் நடக்கட்டும் சமையல். வெள்ள (கார) துர பசியா இருக்கார்.

ஊர் மக்கள் *(வெளியே குரல்கள்):* கமலாதேவி கம்பெனி கூத்து இன்னைக்கி. வாங்க சீக்ரம் போய் இடம்பிடிக்கலாம்.

மற்றவர்: ஆமாம் ஆமாம்... இடம் கிடைக்க கஸ்டம், போய் அந்த ஒலப்பாய் போட்டுவைங்க.

யாகோப்: முனிசாமி என்ன அங்க சத்தம்?

முனுசாமி: இந்த ஊர்ல ரவிக்கு கமலாதேவி கூத்துங்களாம். ஜனங்க இப்பவே போராங்க தொர.

யாகோப்: நாமும் போய் பார்க்கலாமா?

முனுசாமி: சாப்ட்டு போலாங்க தொர. ரொம்ப நாளாச்சி கூத்துபார்த்து.

யாகோப்: *Goed.*

காட்சி 3

இடம்: மாதாவரம்

(அனைவரும் கூத்து பார்க்க அமர்தல்.)

கட்டியங்காரன் பாட்டு:

வந்தேனே வந்தேனே வந்தேனே
கதை சொல்ல
கட்டியக்காரன் வந்தேனே
அந்தக்கால கதை தனை
விந்தையாய் விளக்கவே
சொந்த பந்தங்களை மறந்து
சொகுசாய் நடக்கவே
சொத்துபத்து வேணாமுங்க
(நான்) உத்தமனாய் வாழ்வேனுங்க (வந்தே)

கட்டியக்காரன்: சபையோர்களே, இன்று நமது கிராமத்தில் சிறந்த காவியங்களில் ஒன்றான ராமாயணத்திலிருந்து சூர்பனங்கையின் சொல் என்னும் நாடகத்தை கமலாதேவி குழுவினரால் நடிக்க முன்வந்துள்ளோம். எக்குற்றம் இருப்பினும் அக்குற்றங்களை மன்னித்து பூரண ஆசீர் தருவீரென மிகத்தாழ்மையுடன் கேட்டுக்கொள்கிறோம். நன்றி வணக்கம்.

சூர்ப்பனகை பாட்டு:

வந்தாள் சூர்ப்பநங்கை மாது
பஞ்சவடி நாடி
வாராள் சூர்ப்பநங்கை மாது
கொஞ்சி விளையாடி
இலங்கை ராவணனின் தங்கை
துலங்கும் அழகு விளங்கும் மங்கை (வந்தாள்)

சூர்ப்பனகை: ஆ ஹா யார் இவன்? ஓ அந்தக் கருப்பன் சொன்ன தம்பி இவன்தானோ? அழகாக இருக்கிறான். அடடா அவன் வில்லை வைத்திருப்பதைப் பார்த்தால் அய்யோ மனதைக் குழப்பிவிட்டானே.

சூர்ப்பனகை பாட்டு:

பஞ்சவடி தீரத்திலே
கொஞ்சி விளையாடிடவே
வஞ்சனை செய்யாமல் நீ வாராய்
வெகு ஜோராய்
வஞ்சனை செய்யாமல் நீ வாராய்

தெளிந்த நீரோடையிலே
தேன்பாயும் சோலையிலே
தெள்ளுத் தமிழ்பாட நீ வாராய்
அள்ளிஅணைத்து
தெள்ளுத் தமிழ்பாட நீ வாராய்
பூந்தோட்டம் தானிருக்கு
பூமஞ்சம் காத்திருக்கு
பொன்னூஞ்சல் ஆடுவோம் வாராய்
அன்போடு நீயும்
பொன்னூஞ்சல் ஆடுவோம் வாராய்

லட்சுமணன்: யார் நீங்க? சொல்லுங்கம்மா...

சூர்ப்பனகை: தெரியவில்லையா?

லட்சுமணன்: பெண் என்று தெரிகிறது. யார் என்று தான் தெரியவில்லை.

சூர்ப்பனகை: முதலில் நான் யாரென்று தெரிய வேண்டுமா? சொல்கிறேன் கேளும். கலைகள் அனைத்தையும் கற்றவனும் வரம் பல பெற்றவனும் கயிலை மலையை எடுத்தவனும் அந்த பரமன் நெஞ்சுருகப் பண் இசைத்தவனும் இந்திரனை வென்றவனும் மூவுலகை அடக்கி ஆளும் வீரனுமான இராவணேஸ்வரன் தங்கை சூர்ப்பனங்கை.

லட்சுமணன்: ராவணேஸ்வரன் தங்கை சூர்பனங்கையா? சரி, வந்த காரணம் என்னம்மா?

சூர்ப்பனகை: நீங்கள்தானே லட்சுமணர்?

லட்சுமணன்: ஆமாம்.

சூர்ப்பனகை: உமது அண்ணன் ராமபிரானை சந்தித்தேன். ஆஹா அவர் என்ன அழகு என்ன நடை.

லட்சுமணன்: ஓ ஹோ.

சூர்ப்பனகை: ஆமாம், உங்களைத்தான் சந்திக்கச் சொன்னார்.

லட்சுமணன்: எதற்காக?

சூர்ப்பனகை பாட்டு:

ஆசை தீரவே என்னை
அணைத்தாலும் ஆகாதோ
பூஜை புரிய வாராய்
புகழ்மணம் செய்ய நேராய் (ஆசை)

வீசிய மலர்க் கணையால்
பேசுதே எந்தன் நெஞ்சம்
மாசிலாமலே என்மாரா
நேசித்திடவே பாராய் (ஆசை)

சூர்ப்பனகை: ஏங்க ரதியும் (மன்)மதனைப் போல் கலவை புரியலாம் வாங்க.

லட்சுமணன்: முடியாது.

சூர்ப்பனகை: முடியும்.

லட்சுமணன்: இஸ்டமில்லை.

சூர்ப்பனகை: நீங்கள்தான் எனக்குப் பொருத்தம்.

லட்சுமணன்: ஒரு பெண் ஆசையை இப்படி வெளிப் படுத்துவது பொருத்தமா?

சூர்ப்பனகை: மனதில் உள்ளதை நேரில் சொன்னால் என்ன தவறு? மறுபடியும் சொல்கிறேன் வாங்க.

பொ. ராஜகோபால்

லட்சுமணன் பாட்டு:

(சட்) போடிப் போடி
காமவெறி பிடித்த
சோம சுந்ராங்கி நீயும்
போடிப் போடி

பாரடி நீயிங்கிருந்தால்
பதைக்கவே வாட்டுவேனே
பண்புடனே சென்றுவிட்டால்
பாரிலுனைப் போற்றுவேனே (போடி)

(துரத்திச் செல்லுதல்.)

காட்சி 4

இடம்: மாதாவரம்; கூத்துக் கொட்டகை

யாகோப்: Very nice! I like your performance! You must be Kamaladevi ...

கமலாதேவி: ஆமாங்க (யாகோப் கைகொடுக்க, கமலா வணங்க).

யாகோப்: Zo schoon! நீங்க ரொம்ப அழகா இருக்கீங்க.

நாகபூஷணம்: ஓ... உங்களுக்கு தமிழ் தெரியுமா?

யாகோப்: தெரியும்.

நாகபூஷணம்: ரொம்ப புகழாதீங்க. கண்ணு பட்டுடப் போவுது.

யாகோப்: யார் இவங்க?

கமலாதேவி: எங்க அம்மா. ஆமாம் நீங்க?

யாகோப்: நான் ஆம்ஸ்டர்டாம்.

நாகபூஷணம்: அது எங்க இருக்கு தம்பி?

யாகோப்: அது மேலை நாடு ஐரோப்பாவில் இருக்கு. என் பெயர் யாகோப் ஹாஃப்னர். இந்தியாவில் வியாபார

விஷயமா பல ஊர் சுற்றி இன்று இந்த மாதவரம் வந்து குளக்கரையில் தங்கினோம்.

நாகபூஷணம்: நீங்க ஏன் மரத்தின் கீழே தங்கணும் இவ்வளவு பொருள வச்சிக்கிட்டு? இங்க திருட்டு குபார் அதிகம்.

யாகோப்: அதிக அன்பா பேசறீங்க. உங்க பேர் என்ன சொன்னீங்க?

நாகபூஷணம்: இந்த குசும்புதான வேணாங்கிறது. நான் பேர் சொல்லவே இல்லையே.

யாகோப்: அதற்கென்ன இப்ப சொல்லுங்க.

நாகபூஷணம்: போங்க எனக்கு வெட்கமாயிருக்கு.

யாகோப்: பரவாயில்லை, வெட்கப்படாம சொல்லுங்க.

நாகபூஷணம்: என் பேரு நாகபூஷணம். சிலர் செல்லமா நாகுன்னு கூப்பிடுவாங்க.

யாகோப்: ரொம்ப நல்லா இருக்கு. சரிம்மா நாங்க கிளம்பறம்.

நாகபூஷணம்: இருங்க தம்பி, நம்ம வீடு கடலாட்டும் கெடக்கு. நீங்க எங்க வீட்லயே தங்கலாம். ஏன்டி மசமசன்னு சும்மா நிக்ற. கூப்டிரி தம்பிய வீட்டுக்கு.

கமலாதேவி: ஆமாங்க, எங்க வீட்டில் தங்கலாம் வாங்க.

யாகோப்: என்னது உங்க வீடா?

முனுசாமி: சரின்னு சொல்லுங்க தொர. கொஞ்சம் நல்லா சாப்பிடலாம்.

யாகோப்: *Al goed.* சரி வாங்க போலாம்.

நாகபூஷணம்: நான் சுருக்கா போய் தங்க ஏற்பாடு பண்றன். நீங்க பேசிகிட்டு மெதுவா வாங்க.

யாகோப்: முனுசாமி, நான் இவர்களுடன் போகிறேன், நீ எல்லா பொருளையும் எடுத்துக்கொண்டு நம்ம கூட வந்தவர்களை அழைத்துக்கிட்டு அங்கே வந்திடு.

முனுசாமி: சரி தொர (இடம்) கண்டுபிடிச்சி வந்துடறன்.

காட்சி 5

இடம்: பழவேற்காடு

(கந்தசாமி முதலியார் வருகை)

கந்தசாமி திரை விருத்தம்:

> அருமையாய் மாதாவரம்
> அன்புடன் ஆட்சி செய்யும்
> அருமை மனைவி
> அமராவதியோடு...
>
> சிறுமையில்லாமல் வாழும்
> சீலனாம் கந்தசாமி
> தருமகர்த்துவராக
> தகும் சபை மேவினேனே...

கந்தசாமி பாட்டு: *(சந்ரகுல எ—மெ)*

> மங்களமாய் மாதாவரம்
> மாட்ஷிமையுடன் வந்து
> கந்தசாமி முதலி என்று
> கண்ணியமாய் வாழ்ந்து வாரேன் (மங்க)

கந்தசாமி: மாதாவரத்தில் பெரிய ஜமீன் பரம்பரையில் பிறந்த கேசவ முதலியாருக்கும் கல்யாணி அம்மைக்கும் மகனாகப் பிறந்து கந்தசாமி முதலியார் எனப் பெயர் வகித்து கண்ணியமாய் வாழ்ந்து வருகிறோம்.

அமராவதி பாட்டு:

> கண்ணியம் தவறாமல்
> கணவனைப் போற்றி செய்து
> புண்ணியம் பெறவே நல்ல
> பூஜைகள் செய்துவாரேன்

அமராவதி: நமஸ்காரம் சுவாமி. நாம் நன்றாக வாழவும் நமது வியாபாரம் பெருக்கவும் பூஜைகள் செய்கின்றேன் சுவாமி.

கந்தசாமி: அதனால்தான் இந்தப் பழவேற்காடு வந்தோம்.

கந்தசாமி பாட்டு:

> மதராஸ் கவர்னர் எனை
> மரியாதயுடன் அழைத்து
> மகிமை பொருந்திய பட்டம்
> மனதாரதான் கொடுத்தார்

கந்தசாமி: நீ செய்த பூஜையின் பலன்தான் கவர்னர் எனை அழைத்துப் பட்டம் கொடுத்தார்.

அமராவதி பாட்டு:

> பட்டம் என்னவென்று
> புலப்பட சொல்லுமையா
> பதைக்குது எந்தன் நெஞ்சம்
> புரிந்துகொள்ள மெய்யா

அமராவதி: புரியும்படி சொல்லுங்கள்.

கந்தசாமி பாட்டு:

> மெய்யாகச் சொல்லுகின்றேன்
> ஏகாத்தம்மன் கோயிலுக்கு
> தர்மகர்த்தாவாகத் தனையனை
> நேமித்தாரே

கந்தசாமி: மாதாவரத்தில் இருந்த என்னை அழைத்து இந்தப் பழவேற்காட்டிலே ஏகாத்தம்மனுக்கு கோயில் கட்ட தர்மகர்த்தாவாக எனை நியமித்தார் கவர்னர்.

அமராவதி: ஓ ஓ அப்படியா? ஏகாத்தம்மன் ஏகாந்தமாய் வீற்றிருக்க கோயில் கட்ட தர்மகர்த்தாவாக நியமித்தது நான் செய்த பாக்யம். நாம் செய்த பூஜை வீண் போகவில்லை.

கந்தசாமி: என் நேர்முகப்பார்வையில் ஏகாத்தம்மனுக்கு கோயில் கட்டி முடிவு பெறும் நிலை உள்ளது. கும்பாபிஷேக பொறுப்புகளை புவனகிரி ஐயரிடம் ஒப்படைத்துள்ளேன். மேலும் கும்பாபிஷேகத்திற்கு கவர்னரை அழைத்தேன்.

அமராவதி பாட்டு: *(தங்கமகுடம் நீக்கி எ—மெ)*
> கோயில் வேலையோடு குடும்ப வேலையும்
> கூடுதலாக கவனிக்க வேண்டும்
> வடக்கே சென்ற கப்பல் வந்து சேரவில்ல
> முடுக்குடன் நீங்கள் கேட்டிட வேண்டும்.

அமராவதி: ஏங்க கோயில் வேலையோடு நம்ம வேலையும் கவனிக்கணும்.

கந்தசாமி: ஏன், என்னாச்சி?

அமராவதி: நெல்மூட்டைகளையும் நவதான்யங்களையும் ஏற்றிச் சென்ற கப்பல் போய்ச் சேர்ந்ததா இல்லையா ஒன்றுமே செய்தி வரவில்லையே.

கந்தசாமி பாட்டு:
> செய்தி சொல்வதற்கு தீனதயாளன்
> வல்லமைக்காரன் வந்து சேருவான்
> அல்லல் பட வேண்டாம் அமராவதியே
> தொல்லை ஒன்றும் நேராதித்ததியே (செய்தி)

கந்தசாமி: என் மெய்காப்பாளன் தீனதயாளன் கப்பலில் சென்றிருக்கிறான். வெற்றியோடு நமக்கு வர வேண்டியதைக் கொண்டுவருவான். கவலை வேண்டாம்.

தீனதயாளன் பாட்டு: *(அட தாளம்)*
> தீனதயாளன் என்பவன் நானே
> திக்கெல்லாம் கப்பல் பயணம் செய்வேனே
> பக்கபலமாக பாதுகாற்பேனே
> தக்க தருணத்தில் தாள் பணிவேனே (தீன)

தீனதயாளன்: தர்மகர்த்தா ஐயாவுக்கும் அம்மாவுக்கும் வணக்கம்.

கந்தசாமி: ஆசீர்வாதம் தீனதயாளரே. சென்ற விஷயம்...

தீனதயாளன்: வெற்றிதான். பக்குவமாகக் கொண்டுசேர்த்து விட்டேன். ஆனால் அவர்களுக்கு இப்போது பகோடா

(அந்த காலத்தில் காசின் பெயர்) மொடையாக உள்ளதாம் பிறகு தருவதாகச் சொல்லியிருக்கிறார்கள்.

கந்தசாமி: அங்கேயும் இந்த நிலைதானா?

அமராவதி: அதையெல்லாம் நம்பாதிங்க.

கந்தசாமி: சரி, நான் பார்த்துக்கொள்கிறேன்.

தீனதயாளன்: ஐயா தபால் ஒன்று வந்திருக்கு. இந்தாருங்கள்.

கந்தசாமி: *(பிரித்துப் படித்தல்)* கவர்னர் வர சந்தர்ப்பம் இல்லை. அவர் சார்பாக அவர் தங்கை குயின்டினா மிஸ் அவர்களை அனுப்புவதாக எழுதியிருக்கிறார். அமராவதி, அவர்களுக்கு மாளிகையில் சிறந்த அறை ஒதுக்குங்கள். உதவிக்கொரு பெண் அனுப்புங்கள். அவர்களுக்குத் தேவையானது அனைத்தையும் கொடுத்துக் கவனித்துக்கொள்ளுங்கள்.

அமராவதி: ஐயோ, ஒரு வெள்ளைக்காரிச்சிக்கு என்ன தேவை என்று எனக்கு எப்படி தெரியும்? எனக்கு ஆங்கிலம் தெரியாது... அவர்களை எப்படி கவனித்துக்கொள்வது..?

தீனதயாளன்: நான் வேண்டுமானால் அவர்களை அழைத்து வந்து தங்க ஏற்பாடு செய்கிறேன்.

கந்தசாமி: ரொம்ப சந்தோஷம். அப்படியே செய்யுங்கள். நாங்கள் வருகிறோம்.

காட்சி 6

இடம்: பழவேற்காடு

புவனகிரி ஐயர் பாட்டு: *(பெருமை பெறவே எ–மெ)*

(பல்லவி)   புவனகிரியும் வந்தேன் (இந்த)
           ஜெகதலம் புகழ்ந்திடும்
           வனகிரியும் வந்தேன்

பொ. ராஜகோபால்

(அனுபல்லவி) புவிதனிலே உள்ள
கனதனவான்களிடம்
கவிதனைப் பாடிப்
பொருளதைப் பெற்றிடும் (பு)

(சரணம்) அவமதிப்பவர்களை
அடக்கமே செய்துவிட்டு
படபடப்பொன்றில்லாமல்
பாரில் உலாவிடுவேன்

கணக்காகவே பேசி
மனங்களைத் தான் மாற்றி
தனதான்ய சம்பத்தினை
தானே அடைந்திடுவேன் (பு)

புவனகிரி: *தர்மகர்த்தா கோயில் கும்பாபிஷேக பொறுப்பு எல்லாம் என்னாண்ட விட்டுட்டார். நானும் மேளதாளம் வாணவேடிக்கை அர்ச்சகர் முதற்கொண்டு எல்லோருக்கும் அச்சாரம் கொடுத்துட்டேன். இன்னும் மாதாவரம் போய் கமலாதேவிக்குத்தான் அச்சாரம் வைக்கணும். வர்ரன்.*

கண்டு பாட்டு:

என்ன என்னாத்தடி கண்ட
என்னேரம் பார்த்தாலும் போடுற சண்டை
என்ன என்னத்தடி கண்ட

கனகம் பாட்டு:

நானா போடுகுறேன் சண்ட
நாய்படா பாடு பட்டாலும் பேருண்டா
நானா போடுகுறேன் சண்ட

கண்டு: *ஏண்டி எப்ப சாப்பாடு கேட்டாலும் சண்ட தானா? சாப்பாடுதான்டி கேட்டேன்.*

கனகம் பாட்டு:

நாடு இருக்கிற பஞ்சம்
(உனக்கு) புரியவில்லையா கொஞ்சம்? (நாடு)

கண்டு பாட்டு:

கெஞ்சிப் பார்த்தாலுமே வேலை
கொடுப்பாரில்லையடி காலை (கெஞ்சி)

கண்டு: எனக்காடி புரியல. கோயில் கட்ற வேலைக்கு நம்ம போனோம். வேல முடிஞ்சது. ஆனால் இதுவரை முதலியார் சொன்னபடி கூலி சரியாகக் கொடுக்கவே இல்ல. கேட்டா நாளைக்கு கொடுக்கிறோம் நாளைக்கு கொடுக்கிறோம்னு சொல்றாங்க... காலையிலிருந்து எங்க போய் கேட்டாலும் வேலை இல்லன்றாங்க. எங்கனா ஏர் ஓட்டி பொழைக்கலான்னு பார்த்தா பாழாபோன இந்த மழையும் பேயல. இரண்டு வருஷமா எடுத்து காயுது.

கனகம்: நானும்தான் எங்கெங்கோ அலஞ்சி கிலஞ்சி வேல செஞ்சி கொஞ்சம் கொஞ்சமா நவுத்திவந்தேன்.

கண்டு: என்னாத்த?

கனகம்: குடும்பத்ததான். இப்பவே மூணு பசங்க செத்துபோச்சி பட்னில. நாலாவது ஒன்னு கீது. எப்படி காப்பாத்தப்போறன்னு அழதுங்கீறேன். நீ என்னமோ வெச்சிக்கினு போடலன்ற மாதிர பேசறியே. இது பாருயா... *(அரிசிப் பானையைக் காட்டுதல்)*

கனகம் பாட்டு:

அரிசி இல்லை என்று
நானுமிருந்தா
அருகே வாடி என்று நீயுமிருந்தா
சரியதாகிடுமோ மாலையும் வந்தா
சமச்சி வைப்பதாறு உனக்கு குண்டா?
ஓ மச்சான்

சுத்தி சுத்தி வீட்ட வந்து
சோறு கேட்குர
சோம்பேரியே வெத்தல
பொகல கேட்குர

எட்டு மணிக்கு முன்னே
படுக்கவும் வர
எப்படி பொழைப்பதுன்னு
எண்ணிருக்கிற (அரிசி)

கண்டு: சாப்பாடு கேட்ட பாவம் என்ன என்னென்னா சொல்ராயா? அந்த பக்கத்து வீட்டு பரமசிவன் அடிமயாய் போனான் காசுக்கு. என்ன வித்துதான் குடுக்கணும்.

கனகம்: எதுனா ஒன்னு செய்.

வரதன்: எம்மா கனகம், ஏன் சண்டை போடறீங்க?

கனகம்: என்னத்தபா சொல்றது? உனக்கு தெரியாதா? வயத்துக்குதான் இவ்வள சண்டையும்.

வரதன்: ஆமாம். இருப்பவர்கள் பகிர்ந்தால் இவ்வளவு பிரச்சினை இல்லை. (புது) பணக்காரர்கள் தங்களை உயர்த்திக்கொள்வதே குறியாக இருக்கிறார்கள்; அடுத்தவர்களைப் பார்ப்பதில்லை, இப்படி இருக்க...

கண்டு: நல்லா சொன்னீங்க! நமக்கு கூலி கொடுக்கில. அறுத்து வெச்சிங்கீறவங்க எப்ப வெல ஏறுதுன்னு பா(ர்)த்துகீறாங்க. மானம் காஞ்சி போய் பூமி வெடிச்சி போய் கடக்குது. கஞ்சிக்கியில்லாத குழந்த குட்டி ஆடுமாடு சாவது...

கனகம்: எப்ப பாரு சண்டை கொலை திருட்டு. என்னா பண்றது?

வரதன்: வடிவேலு, லோகு, திருனா, மாரி, கருப்பா எலாம் வாங்கடா, அந்த தர்மகர்த்தவ நேரா கேழ்ப்போம்.

வடிவேலு: ஆமாம் வாங்க போலாம்.

கனகம்: யோ நீயும் போயா!

(ஐயர் வருகை)

புவனகிரி: இருங்கப்பா. எங்க இவ்ள கோபமா போறீங்க?

வரதா: தர்மகர்த்தாவதான் பாக்க போறம் சுவாமி.

புவனகிரி: எதற்கு?

கண்டு: எதுக்கா? நாங்களே பஞ்சத்தல அரவயிறு கால்வயிறு கஞ்சி குடிச்சிங்கீறோம், இந்த நேரத்தில கோயில் கட்டறம்னு சொல்லி வேல வாங்கிட்டு கூலியும் குடுக்காம...

வடிவேலு: கும்பாபிஷேகத்துக்கு தலகட்டுக்கு மூனு வரான் புருவு கேக்கராங்க. ஞாயமா சாமி இது?

வரதா: எங்க கூலி கேட்க போறம் சுவாமி.

புவனகிரி: இப்ப அவரு இங்க இல்ல. சொந்த ஊரு போயிருக்கார். வர்ட்டும். நானே எடுத்து சொல்லி நல்லபடியா ஏற்பாடு பண்றன். போயிட்டுவாங்க. வர்தா கையில என்ன வச்சிருக்க?

வரதா: பொவல சாமி.

புவனகிரி: போடா, அத கொண்டுபோய் சுடுகாட்ல குடுத்து போ.

கண்டு: எங்க புருவு குட தள்ள சொல்லு சாமி.

புவனகிரி: நான் மாதாவரம் போகணும். போங்கடா!

காட்சி 7

இடம்: கமலாதேவி வீடு, மாதாவரம்

புவனகிரி பாட்டு:

கமலாதேவியைக் காணக்
காணக்கண் கோடி வேண்டும்
கருத்தில் பட்டதை யான்
பொருத்தப் படவே சொன்னேன்

விமலருன்னழகைக் கண்டு
வெட்கித் தலை குனிய
வேந்தர்கள் உனைப்பார்த்து
வியந்து மனம் கரைய (கமலா)

கமலாதேவி பாட்டு:

வாருமையா உட்காருமையா
இங்கே வாருமையா
பாரினில் உங்களைப்போல்
பெரியோர்கள் தரிசனம்
பண்ணிடும் பாக்கியம்
கிடைத்தது சிலாக்கியம் (வா)

கமலாதேவி: நமஸ்காரம் சுவாமி. அமருங்கள்.

புவனகிரி: ஆசீர் ஆசீர். நன்னா இருக்கணும்.

கமலாதேவி: ஏது இவ்வளவு தூரம்?

புவனகிரி: ஏன் நான் வரப்படாதா?

கமலாதேவி: அதற்கில்லை சுவாமி.

புவனகிரி: எல்லாம் உன் நன்மைக்காகத்தான்.

கமலாதேவி: புரியறமாதிரி சொல்லுங்க.

புவனகிரி: தர்மகர்த்தா கந்தசாமி முதலியார் பழவேற்காட்ல பிரமாதமா ஏகாத்தம்மன் கோயில் கட்டிருக்கா. அந்த கும்பாபிஷேகத்திற்கு உன்னுடைய நாடகம் வைக்கணும்னு அபிப்பிராயப்படறா. அதனால அச்சாரம் கொடுக்க நேரா வந்துட்டன். உன்னையும் பார்த்தா மாதிரி இருக்கும்.

கமலாதேவி: அதற்கு என் அம்மாவிடம்தான் பேச வேண்டும்.

புவனகிரி: இன்னும் அம்மா எதற்கு? நீ பேசு.

நாகபூஷணம்: கமலா யார் வந்திருக்கிறது? *(வந்து கொண்டே)* ஓ நீங்களா எப்ப வந்தீங்க? பார்த்து எவ்வளோ நாளாச்சு. எங்களெல்லாம் மறந்தே போயிட்டிங்க?

புவனகிரி: மறப்பேனா? மறக்காமதான் தேடி வந்திருக்கேனே.

நாகபூஷணம்: ஏண்டி காப்பி தண்ணி எதுனா குடுத்தியா?

கமலாதேவி: இப்பதாம்மா வந்தாரு.

புவனகிரி: எனக்கு ஒன்னும் வேண்டாம். வரச்சே வழியிலே சாப்டு வந்துட்டேன்.

நாகபூஷணம்: வெத்தல பாக்காவது போடறது.

புவனகிரி: அது இருக்கட்டும். வர கார்த்திகை மாதம் 16ஆம் தேதி ஏகாத்தாம்மன் கும்பாபிஷேகத்திற்கு கமலாதேவி கம்பெனிதான் வேணும்கிறார் தர்மகர்த்தா கந்தசாமி முதலியார். நீங்க என்ன சொல்றீங்க?

நாகபூஷணம்: சொல்றதுக்கு என்ன இருக்கு? முன்ன குடுத்ததவிட பகோடாவ கூட்டி குடுக்கச் சொல்லு வர்ரம்.

புவனகிரி: தாராளமா வாங்கித் தர்ரன். என்னையும் மறந்திடாதிங்க.

நாகபூஷணம்: மறப்பமா?

புவனகிரி: நாடகம் மட்டும் பிரமாதமா இருக்கணும்.

நாகபூஷணம்: கமலாதேவி வந்தாலே போதாதா?

புவனகிரி: அது போதும். அது போதும்.

(அப்போது யாகோபாஸ் வருகிறார்.)

நாகபூஷணம்: இந்த தம்பி வெளிநாடு. நம்ம வீட்லதான் தங்கி இருக்கு.

புவனகிரி: *How do you do?*

யாகோபோஸ்: *How do you do? The name is Haafner - Jacob Haafner.*

புவனகிரி: *I am Bhuvanagiri Aiyar. You're from..?*

யாகோபோஸ்: *Amsterdam. I'm staying here; I am in business.*

புவனகிரி: *I see... What kind of business are you in?*

யாகோபோஸ்: *Oh, this and that.* ஏற்றுமதி இறக்குமதி. ஆனால் தற்போது தரமான பொருள் கிடைக்க கஸ்டம். விலையும் உயர்ந்துபோது.

புவனகிரி: உங்களுக்குத் தமிழ் தெரியுமா?

யாகோபோஸ் வசனம்: தெரியும். பெங்காலி உருது ஹிந்துஸ்தானிகூட தெரியும். அப்போத்தான் இந்த தொழிலை செய்ய முடியும். இப்போ இருக்கிற தரகர்களை நம்ப முடியாது. உங்களுக்கு நல்ல தரமான கையிருப்பை வைத்திருக்கிறேன் என்று உறுதி சொல்லி வாய்ப்பு ஏற்பட்டால் அதை அதிக ஏலதாரருக்கு விற்றுவிடுவார்கள். வறட்சியின் காரணமாக சந்தையும் ஏற்ற இறக்கமாக உள்ளது.

புவனகிரி: உண்மைதான். இந்தக் காலத்தில யாரையுமே நம்ப முடியாது ஐயா. உஷாராக இருங்க. நீங்க ஒரு தடவ எங்க தர்மகர்த்தாவ சந்திச்சா நல்லது. அவரும் பிசுனஸ் பண்றாரு.

யாகோபோஸ்: யார் உங்க தர்மகர்த்தா?

புவனகிரி: மாதாவரம் ஜமீன் கந்தசாமி முதலியார் அப்படீன்னா எல்லோருக்கும் தெரியும். கவர்னரே அவருக்கு தருமகர்த்தா பொறுப்பு கொடுத்து பழவேற்காட்டில் கோயில் கட்டச் சொல்லி அவரும் கட்டி முடித்து அந்த கும்பாபிஷேகத்திற்கு நாடகம் வைக்கத்தான் அச்சாரம் கொடுக்க வந்தேன்.

யாகோபோஸ்: சந்திக்க ஏற்பாடு பண்ணுங்க. ஒருநாள் வர்ரன்.

புவனகிரி: ஒருநாள் என்ன? என்னைக்கு வர்ரேன்னு சொல்லுங்க. அதுக்குதானே நான் இருக்கன்.

யாகோபோஸ்: இந்த வார கடைசி வரேன்.

புவனகிரி: கமலாதேவி, நாகு புறப்படட்டுமா?

நாகபூஷணம்: மறக்காம வண்டி அனுப்புங்க.

(யாகோபோஸையும் கமலதேவியையும் தனிமையில் விட்டுவிட்டு நாகபூஷணமும் புவனகிரியும் புறப்படு கிறார்கள்)

யாகோபோஸ்: போய் வரட்டுமா? *(பார்வை)*

கமலாதேவி: நீங்க கிளம்புவதற்கு முன் நான் ஒன்று கேட்கலாமா?

யாகோபோஸ் பாட்டு: *(சென்று நான் வருவேனுந்தன் எ–மெ)*

கேழ்க்க என்ன தயக்கமம்மா
தாராளமாய் கேளுங்கள்
ஒன்று என்ன இரண்டு கூட
இலவசமாய் கேளுங்கள்

கமலாதேவி பாட்டு:

ஊரு நாடு பேர தனை
உண்மையாக சொன்னீர்கள்
உங்களிடம் வாழ்க்கைதனை என்
உள்ளம் அறிய நினைக்குதே

யாகோபோஸ் பாட்டு:

நினைக்க என்ன காரணம்
எனக்கு தெரிய வேணுமே
மனக்கவலை இல்லாமல்
மகிழ்ச்சி பொங்க நாளுமே

கமலாதேவி: எப்படி இருக்க முடியும் சொந்தபந்தம் இல்லாதவள்?

யாகோபோஸ்: அப்படியானால் இவர்கள்?

கமலாதேவி: என்னை வளர்த்த தாய்.

யாகோபோஸ்: So sorry...

கமலாதேவி: நான் குழந்தையாய் இருக்கும் போது தாய் இறந்துவிட்டார். என் தந்தை எனை வளர்த்து எனக்கு

பொ. ராஜகோபால்

எட்டு வயது இருக்கும்போதே திருமணம் முடித்து வைத்தார் வயதான முதியவருக்கு. பிறகு அப்பா இறந்துவிட்டார். சில நாள் கழித்து எனை மணந்தவரும் போய்ச் சேர்ந்தார். நான் அனாதை ஆகிவிட்டேன்.

யாகோபோஸ் வசனம்: புரியுது...

கமலாதேவி வசனம்: ஆதரவற்றவளானேன். எங்கள் சொத்துக்காக தூரத்து சொந்தங்கள் என்னை சூழ்ந்தது. அவர்களிடம் அடைக்கலமானேன். ஆனால் அவர்கள் கடுமையான வேலை கொடுத்துக் கொடுமைப் படுத்தினார்கள் நான் விதவை என்று. இதையெல்லாம் தாங்க முடியாமல் ஒருநாள் புறப்பட்டு வெளியே வந்துவிட்டேன். பசியாலும் பட்னியாலும் பல ஊர் சுற்றி அலைந்தேன். அன்றைக்கு அனுபவித்த பசி நிலைமை இன்னும் மறக்க முடியாது.

யாகோபோஸ் வசனம்: எனக்கும் அப்படித்தான். என் அப்பா இறந்துவிட்டார்.

கமலாதேவி வசனம்: எப்படி?

யாகோபோஸ் வசனம்: ஜெர்மனியில் பிறந்து குடும்பத் தோடு ஆம்ஸ்டெர்டாம் வந்தோம். அங்கே என் அப்பா கப்பல் வைத்தியராக ஈஸ்ட் இந்தியா கம்பெனியில் பணியாற்றினார். நாங்கள் இருவரும் கப்பலில் பயணம் செய்யும்போது, தென் ஆப்ரிகா கேப் டவுன் வருவதற்கு முன்பே தந்தை இறந்து விட்டார். அவரின் உடலைக் கடலில் விடுத்தோம். எனக்கு அப்பொழுது பன்னிரண்டு வயது.

கமலாதேவி வசனம்: அப்போ நீங்க எப்படி இந்தியாவுக்கு வந்தீர்கள்?

யாகோபோஸ் வசனம்: எனக்கு யாரையும் தெரியாதத னால் கப்பலில் கேபின் பையன் வேலைக்குச்

சேர்ந்தேன். பல நாடுகளில் பல வேலைகள் செய்து கடைசியில் நாகப்பட்டினம் ஊரில் குடியேறி டச்சு தொழிற்சாலையில் உதவி புத்தகக் காப்பாளராக இருந்தேன். கொஞ்சநாள் பிரிட்டிஷ்காரர்களுக்கு வேலை செய்தேன். அவர்கள் நடவடிக்கை பிடிக்காததால் சொந்தமாகவே வியாபாரம் செய்யத் தொடங்கினேன்... ஆமாம் நீங்கள்..?

யாகோபோஸ் பாடுகிறார்: *(கற்றுக்கொடுத்த வித்தை எ–மெ)*

> ஆடலரசியென்று
> பேரும் புகழும் பெற்ற
> கமலாதேவி நீங்கள்
> கலை கற்றவிதம் சொல்வீர்.

கமலாதேவி பாடுகிறார்:

> நாடுநகரம் போற்றும்
> நாகபூஷணி தாயார்
> நலமுடன் கலைகளைக்
> கற்பித்து வளர்த்தாரே

கமலாதேவி: நாகபூஷணம் அவர்கள்தான் எனக்கு அடைக்கலம் கொடுத்து ஆடல் பாடல் அனைத்தையும் கற்றுக்கொடுத்து என்னை இந்த அளவுக்கு வளர்த்து ஆளாக்கினார்கள். கூத்துத்தான் என் வாழ்க்கை... இதுவரை என் மனம் இப்படி இல்லை...

யாகோபோஸ்: அறிவேன். *(பார்வை)*

கமலாதேவி: சரி சரி புறப்படுங்கள். மதராஸ்தானே போறிங்க?

கமலாதேவி: சீக்கிரம் வாருங்கள்.

யாகோபோஸ்: கொஞ்ச நாளாகும்...

கமலாதேவி: பழவேற்காடு கூத்துக்கு வாங்க.

பொ. ராஜகோபால்

காட்சி 8

இடம்: பழவேற்காடு

(குயிண்டினா வருகை)

குயிண்டினா பாட்டு: *(ஜெயமா எ–மெ)*

கடல் வழி மார்க்கமாக
கப்பலேறி வந்து சேர்ந்தேன்

கவர்னரின் தங்கை நானே

குயிண்டினா லேடி
இண்டியா வந்தேனடி

(சுருள்) கண்கவர் காட்சியைக்
கணக்காய்ப் பிடித்து
லண்டனுக்கனுப்பி
வைத்திடுவேனே
எண்ணிய எண்ணப்படி
நான் இண்டியாவிற்கு
இச்சயாய் வந்து சேர்ந்தேன் (கடல்)

குயிண்டினா: *(சூடாக உணர்ந்து தன் கைக்குட்டையைப் பயன்படுத்துகிறாள்)*

தீனதயாளன்: *மேடம் நமஸ்காரம்.*

குயிண்டினா: *Who are you?*

தீனதயாளன்: *ஐயா தர்மகர்த்தாவுக்கு வலது கை. என் பெயர் தீனதயாளன். முதலியார்வாள் உங்களை அழைத்து வர அனுப்பினார்.*

குயிண்டினா: *ஓ கன்னுசாமி முதல அனுபிச்சி?*

தீனதயாளன்: *ஐயோ முதலையும் இல்ல தவளயுமில்ல. கந்தசாமி முதலியார்.*

குயிண்டினா: *ஹே மேன், ஏதொ ஒன்னு. இப்ப லக்கேஜ் தூக்கு போது.*

குயிண்டினா பாட்டு:

இதுதானா இண்டியா
இயற்கையின் சூழலும்
சுருக்கென அரிக்குதே
சுடரவன் சன் காட்டால்

மொசிக்கிடோஸ் மொத்தமாய்
மொய்க்குதே எந்தனை
மிக்கவே தப்பிக்க
பக்குவம் லொ்ன் பண்ணனும்

இடம்: கந்தசாமி முதலியார் வீடு

(கந்தசாமி முதலியாரின் மாளிகை ஒரு பெரிய தோட்ட வளாகத்தில் அமைந்துள்ளது)

கந்தசாமி: *Hello, welcome to India, my Lady,* நமஸ்காா்.

குயிண்டினா: *My brother told me to meet a Kannusami Mutaali. And you are..?*

தீனதயாளன்: கந்தசாமி முதலியாா். இவா்தான் கோயில் தா்மகா்த்தா.

குயிண்டினா: நமஸ்தே சொல்லுது.

கந்தசாமி விருத்தம்: *(கானடா)*

இங்லாண்டிலிருந்து
இந்தியாவந்து சோ்ந்த
இளங்கொடி குயிண்டினா
இன்பமாய் வாழி வாழி...

எழில் மிகு ஏகாத்தம்மன்
கும்பாபிஷேகந்தன்னில்
தலமையை ஏற்றுத் தாங்கள்
நடத்திடவேணுமம்மா...

கந்தசாமி: குயிண்டினா மேடம் வாழி வாழி. கவா்னா் அவா்கள் தான் வரயியலாது என் தங்கை

குயிண்டினாவை அனுப்புகின்றேன் என்று கடிதம் எழுதியிருந்தார். அதன்படி தாங்களும் வந்து விட்டீர். தலைமைப் பொறுப்பேற்று கும்பாபிஷேகத்தை நல்லபடியாக நடத்திக் கொடுக்க வேண்டும்.

குயிண்டினா: எனக்குக் கொஞ்சம் கொஞ்சம் தமிழ் வரும். நான் உங்கள முதலின்னு கூப்பிடுது, *is that alright with you?*

கந்தசாமி: எஸ். தாராளமா அழைக்கலாம்.

குயிண்டினா: முதலி நீயே பொறுப்பலாம் பாக்குது. *I am a photographer. I want to see this place and take some pictures of the land. I need someone to take me around and three people to carry my stuff.*

கந்தசாமி: தாராளமா. *Of course.* நீங்க ஓய்வெடுங்க, ஊர சுற்றி பார்க்க நான் ஏற்பாடு பண்றன். தீனதயாளரே !

தீனதயாளன்: வாங்க மேடம், நீங்கள் தங்கும் இடம் காட்டுகிறேன். *Come my lady, I will show you where you stay.*

குயிண்டினா: *Yes, sure.*

(செல்லுதல்)

புவனகிரி: தர்மகர்த்தாவுக்கு வணக்கம்.

கந்தசாமி: வணக்கம் சுவாமி. உங்களைத்தான் எதிர்பார்த்தேன்.

கந்தசாமி பாட்டு: *(எப்படி தடைவிக்கலாம் / எ–மெ)*

எப்படி வேலை நடக்குது
ஏகாத்தம்மன் கோயில்
எப்படி வேலை நடக்குது
நாம பார்த்து கட்டும் கோயில்
நல்லபடி நடந்திட
உங்கள் வேலைகளை
ஒழுங்காக முடித்திட
எப்படி வேலை நடக்குது

புவனகிரி பாட்டு:

கோலாகலமாய் நடக்கவே
கும்பாபிஷேகம்
கோலாகலமாய் நடக்கவே
தாராளமாகவே
தரணியில் நடக்குது

(சுருள்) மேள தாளங்கள் சூழ

வாணவேடிக்கையோடு
அம்மன் வலம் வந்தபின்
கமலாதேவி கூத்தும் (கோலா)

புவனகிரி: *முதலியார்வாள், கும்பாபிஷேக பொறுப்பு வாங்கி சும்மா இருப்பேனா? வேதபாராயண அர்ச்சகர் மேள தாள வாண வேடிக்கையோடு கமலாதேவி கம்பெனிக்கும் அச்சாரம் வச்சுட்டேன். அதுல என்னென்னா, எல்லாம் பகோடா கொஞ்சம் அதிகமா எதிர்பாக்கறா.*

கந்தசாமி: *எங்கையா இங்க வசூலே ஆகலயே.*

புவனகிரி: *வசூல் என்றதும் ஞாபகம் வருது. இந்த ஊர் ஜனங்க ரொம்ப கஷ்டப்படறா மேலும் புருவு கட்ட முடியாதுன்னு உங்களிடம் சொல்ல வந்தா... நான்தான் வீட்டுக்கு அனுப்பிவச்சன்.*

கந்தசாமி: *ஏன்யா நீ என்ன அவங்களுக்கு வக்காலத்தா?*

புவனகிரி: *அப்படி இல்ல, நாம கவர்னரயே கொஞ்சம் கேட்கலாம். ஆம்... நான் ஒரு பிசுனஸ் ஆள சந்திச்சேன். அவர உங்களை சந்திக்க வரச்சொன்னன். அட... சொன்னபடி அவரே வந்துட்டாரு. ஆயுஸ் நூறு.*

யாகோபோஸ்: *Pleased to meet you, Mr. Kandasami.*

கந்தசாமி வசனம்: *நமஸ்காரம். (கை குலுக்கல்) உங்களைப் பற்றி இப்பதான் ஐயர் சொன்னார். நீங்க எங்கிருந்து வர்ரீங்க, உங்களப் பற்றிய...*

யாகோபோஸ்: *I will tell you.*

புவனகிரி: உங்களுக்குத்தான் தமிழ் வருமே. தமிழில் சொல்லுங்க.

யாகோபோஸ்: ஆலண்டுல ஆம்ஸ்டர்டாம் என் சொந்த ஊர். பேர் யாகோப் ஹாஃப்னர். பிசுனஸ் விஷயமா இந்தியா வந்து ரொம்ப நாளாச்சு. இப்ப மாதாவரத்ல தங்கியிருக்கன். அங்கேதான் இவர் உங்களப்பற்றி சொன்னார். அதனாலதான்...

கந்தசாமி: வந்திருக்கீங்க. ரொம்ப சந்தோஷம். ஆம்ஸ்டர்டாமுல வைரம் ஃபமஸ். நீங்க என்ன வியாபாரம் செய்றீங்க?

யாகோபோஸ்: *Diamonds, muslin, tabaco, spices. Everything* பண்டம் மாற்று.

கந்தசாமி: *Mmm* ... வியாபாரம்... நீங்க நம்ம விருந்தினர் மாளிகையில் தங்குங்க. கும்பாபிஷேகம் முடிந்ததும் எது எது எப்படி செய்யலான்னு பேசுவோம். *I'm a bit busy now.*

யாகோபோஸ்: *O yes, I understand.*

கந்தசாமி: யாகோபாஸ் சார், நீங்க தங்கப்போற இடத்தில் கவர்னர் தங்கை குயிண்டினா மேடம் வந்திருக்காங்க லண்டனிலிருந்து. நீங்க கொஞ்சம் ஊர சுற்றிக்காட்ட முடியுமா? அவங்க போட்டோ எடுக்க ஆசப் படறாங்க.

யாகோபோஸ்: கவர்னர் தங்கச்சியா? *A woman photographer? These British are crazy...*

புவனகிரி: நா வேணும்முன்னா..?

கந்தசாமி: நீங்க போய் மற்ற வேலையைக் கவனியுங்கள். கும்பாபிஷேகத்தில் பார்ப்போம். புறப்படுங்கள்.

புவனகிரி: இவரை விருந்தினர் மாளிகையில் விட்டுட்டுப் போறன்.

காட்சி 9

இடம்: பழவேற்காடு

(தோப்புகள், கடல்கரை)

புவனகிரி: *Good-afternoon Madam (கதவைத் தட்டுதல்)*

குயிண்டினா: *O hello, it's you ... And who may this gentleman be?*

புவனகிரி: இவர் ஆலண்டு. இவர் முதலியாருடைய விருந்தாளி. ஊர சுற்றிப்பார்க்க இவர் கூடத்தான் உங்கள போகச் சொன்னார்.

குயிண்டினா: *I see.*

யாகோபோஸ்: *The name is Haafner - Jacob Haafner...*

குயிண்டினா: *So you are German?*

யாகோபோஸ்: *I'm from Amsterdam.*

குயிண்டினா: *How do you survive in such a horrible place with no comfort and only mosquitos? Do you think I can drink this water? I told them to boil it but these servants don't understand anything...*

யாகோபோஸ்: *Shall we go?*

குயிண்டினா: *I need people to carry my camera and tripod.*

யாகோபோஸ்: முனுசாமி, நம்ம ஆட்களை கூட்டிவா. *Get Madam's stuff!*

முனுசாமி: *Komt voor mekaar, meneer! (சரி துரை)*

யாகோபோஸ் பாட்டு: *(பாதசாரிகா எ–மெ)*

பழவேற்காடு தோப்பு சுற்றி
பார்ப்போம் வாருங்க
பாங்காய்ப் பறக்கும் பறவைகளின்
அழகைப் பாருங்க

மா பலா வாழையோடு
மணமணக்குது
மகிழம்பூ மணம் வீசி
மனதைக் கலைக்குது

யாகோபோஸ்: முனுசாமி, அதோ பார்த்தாயா? வானத்தில் வண்ணஜாலங்களும் பூமியிலே மரத்தின் இலைகளின் ஓசைகளும் பூக்களின் வாசமும் மனதை மகிழ்விக்கிறது.

முனுசாமி: இருக்கப்பட்ட இடம். தண்ணி வசதி இருக்கு. நல்ல ஊத்ராங்க...

குயிண்டினா: அது இருக்கட்டும். வெளியே போலாம் ஹாஃப்னர். *I want to go outside to see the sea and the lighthouse.*

யாகோபோஸ் பாட்டு:

கட்டுமரங்களைக் கட்டிக்
கடலில் விடுகிறார்
கெட்டியாக மீனைப்பிடித்துக்
கரைக்கு வருகிறார் *(கட்டு)*

யாகோபோஸ்: போகலாம் வாங்க.

(பசியில் மெலிந்த ஜனங்கள் வருகை – சரியாக உட்கார வைத்துப் படம்பிடிக்கப்பார்க்கிறார் குயிண்டினா – முகவீணையின் இசை)

குயிண்டினா: *I want to take a photo. Can you ask them to stand over there as a group? No... not like that.. Why is that child lying down? Tell it to sit up!*

முனுசாமி: என்னம்மா நீ வேற. அதுங்களே தள்ளாடுதுங்க. பாரக்கலையா?

யாகோபோஸ் பாட்டு:

பசியும் பஞ்சமுமாய்த் துடிக்கும்
மக்களைப் பார்த்து
படம் பிடிக்க நடத்தப்படும்
பாவையின் கூத்து (பசி)

யாகோபோஸ்: *Don't you see how hungry they are?*

குயிண்டினா: *But the government is feeding them. They're getting rations, aren't they? This is just begging.*

யாகோபோஸ்: *Mmm. You've no idea of these rations…* அவங்க கொடுப்பது மட்டும் போதுமா வாழ… போதும், பொழுது போய்விட்டது. வாங்க போகலாம்.

குயிண்டினா: *Such an excellent shot. I want London to see what real natives looks like.*

யாகோபோஸ்: படத்ததான் பார்க்கிற, அந்த மக்கள் நிலமையை பார்க்கிலேயே. *You're only interested in your pictures; not in the people in them. Don't you see the state they are in?… And that all because of your government…*

குயிண்டினா: *What are you saying?*

யாகோபோஸ்: ஒன்றுமில்லை வாங்க…

(கந்தசாமி வருகை)

கந்தசாமி: இப்பொழுதுதான் வருகிறீர்களா?

யாகோபோஸ்: ஆமாம்.

குயிண்டினா: *Such true images… When I get back to Madras, I'll ask my brother to dispatch them immediately to the London Illustrated.*

கந்தசாமி குயிண்டினா மேடம், சாப்பிட்டு ஓய்வு எடுத்துக்கொள்ளுங்கள். *Tomorrow I would like you to take my portrait. (பார்வை).*

குயிண்டினா: *(Quintina looks at Jacob instead). Good night.*

யாகோபோஸ்: …

காட்சி 10

புவனகிரி பாட்டு:

கும்பாபிஷேகமே
ஏகாத்தம்மன் கோயில்
கும்பாபிஷேகமே

கொடுத்திட்ட வேலையைச்
சீராக முடித்து
நடத்திடுவேன் நல்ல
வேளையைப் பார்த்து (கும்பா)

கடினமாய் உழைக்க
கலங்கிட மாட்டேன்
படித்திடுவேன் பொன்னு
ராஜனின் பாட்டை (கும்பா)

புவனகிரி: *கும்பாபிஷேகம், சுவாமி ஊர்வலம் எல்லாம் நல்லபடியாக முடிந்தது. தற்போது கமலாதேவி கூத்து பார்க்க போகிறோம்.*

(இயக்கம்: கந்தசாமி, அமராவதி, குயின்டினா, யாகோபோஸ். தீனதயாளன், முனுசாமி மற்றும் அவர்களது பரிவாரங்கள். வேலையாட்கள் "ஆங்கில நோட் (English Note)" இசையுடன் நிகழ்ச்சிப் பகுதிக்குள் நுழைகிறார்கள்; அவர்கள் மேடையில் அமர்ந்துள்ளனர்; இதற்கிடையில கிராமத்துப் பார்வையாளர்கள் சக்திவாய்ந்த பணக்காரர் களுக்கும் எதிரே அமர்ந்துள்ளனர்; பக்த நீலாம்பாள் கூத்து நிகழ்ச்சி தொடங்குகிறது)

கட்டியக்காரன் பாட்டு:

கட்டியக்காரன் என்பவன் நானே
(இந்த) கனசபை முன்னே வந்தேனே
வெட்டி பேச்சு பேச வேண்டாம்தானே
கதைய விளக்கமாய்க் கேளுங்கள் கோனே (கட்டி)

கட்டியக்காரன்:

தட்டிப் பறிப்பது துட்டு
கடையில் விற்பது லட்டு
புஷ்பவதியான பெண்ணுக்குப் போடுவது புட்டு
கூத்தாடிவாயில் அகப்பட்டுப்போவார் கெட்டு
பாட்டமைத்துப் பாடுவது மெட்டு
இதுவோ கமலாதேவி செட்டு

தளதளவென்பது முத்து
தயிரைக் கடைவது மத்து

தையலர் மூக்கில் போடுவது நத்து
தசகண்டராவணன் தலை பத்து
தசரதராமனால் போனான் செத்து
இதை உணராத மூடரைத் தடியால் மொத்து

சங்கரன் அணிவது நாகம்
சனிபகவான் ஏறுவது காகம்
தையலைச் சேர்வது மோகம்
உப்பு மிஞ்சினால் தாகம்
உத்தியோகம் வருவது யோகம்
நாடோடிப் பெண்களை சேர்வது ரோகம்
நாங்கள் பாடுவது ராகம்

கட்டியக்காரன் பாட்டு:

நாட்டுப்புறமெனக்கு வாசமையா
நாகரீகமறியாத வேஸமையா
வீட்டுக்கடங்காத வீரனையா
வீணாகப் பேசும் ஒய்யாரனையா

கட்டியக்காரன்: சப்பையோர்களே ... தற்போது கமலாதேவி குழுவினரால் பக்தை நீலாம்பாள் என்னும் கூத்து நடைபெறும். அனைவருக்கும் நன்றி, வணக்கம்.

கட்டியக்காரன் பாட்டு:

பாண்டியன் நானிருக்க
ஏண்டி உனக்கின்னேரம்
பயணம் கட்டுரன் பாரு
பிணாங்கு சிங்கப்பூரு
விறகப்போரன் ஜவ்வாது
விறகப்போரன் ஜவ்வாது

ரங்கோனு சீப்புகளும் நீலக்
கண்ணாடி சைசுகளும்
கோணகிராப் மைனர் கண்டால்
ஞானத்தங்கமே தங்கம்

(இதை) செத்தாலும் மறப்பதில்ல (பாண்டி)

நீலாம்பாள் பாட்டு: *(எவல் செய்யஜம் எ–மெ)*

நீலகண்டனைப் பணிந்து
நீலாம்பாள் இதோ வந்தேன்
வேலனை யீன்றெடுத்த
வேல்விழி மாதொருபாகன் (நீ)

தன்னந் தனிமையாக
சிவபாதம் போற்றி செய்து
நன்மை அடைய மக்கள்
நலம் பெறவே பாடிடுவேன் (நீ)

ஏமாற்றித் தான் பிழைக்கும்
எத்தரை ஓட்டிடவே
சாமார்த்(தி)யம் இன்னதென்று
சந்தியில் காட்டிடவே (நீ)

கட்டியக்காரன்: *யாரம்ம தாங்கள்?*

நீலாம்பாள்: *ஐயா, நானோ இந்த கோவிந்தாபுரத்திலே பிறந்து இளமைப் பருவத்திலிருந்தே சிவத்தொண்டு செய்ய ஆவல் கொண்டு மக்கள் தொண்டே மகேசன் தொண்டு என நினைத்து சிவனைப் பாடுவதும் அவன் புகழை மக்களுக்கெடுத்தோதுவதும் தீய செயல் செய்பவரைக் கண்டால் அவர்களை மக்களிடத்திலே அடையாளப்படுத்தி மக்களால் அவர்களைத் திருத்தவும் நினைக்கும் பக்தை அடியேன்.*

கட்டியக்காரன்: *அம்மா உங்கள் பெயர்?*

நீலாம்பாள்: *(திரு) நீலகண்டரின் பக்தை நீலாம்பாள் என்று என்னை அழைப்பார்கள். போகட்டும், இந்நகருக்கு கோவிந்தாபுரம் என பெயர் வரக் காரணம் தெரியுமா?*

கட்டியக்காரன்: *தெரியாது சொல்லுங்கள்.*

நீலாம்பாள்: *ஒரு காலத்தில் சிவபெருமான் மகாவிஷ்ணுவிடத்தில் மைத்துனா நீர் நிறைய பசுக்கள் வைத்திருக்கிறீர், எனக்கு ஒரு பசு அளித்தால் நானும் பால் அருந்துவேன் என்றாராம். அதற்கென்ன கொடுக்கிறேன் என்று ஒரு பசு கொடுத்தார்.*

சிவபெருமானும் அதைப் பெற்றுப் பால் அருந்தி வந்தார். சிலநாள் கழித்து வாங்கிய பசுவை திருப்பிக் கொடுப்பதுதானே முறை என நினைத்து சிவபெருமான் பூலோகத்தில் இவ்விடம் வந்து மாயவனை நினைத்தார். மாயவன் அங்கு தோன்றி மைத்துனா நினைத்த காரணம் என்னவென்று கேட்க உம்மிடம் வாங்கியதைத் திருப்பிக் கொடுக்கவே நினைத்தேன் என்றார் சிவன். கொடுங்கள் என்றார் மாயவன், கோ இந்தா என்று சொல்லிக் கொடுத்தார் பசுவை. பசுவிற்குக் கோ என்ற பெயர் உண்டல்லவா?

கட்டியக்காரன்: ஆமாம்மா உண்டுதான்.

நீலாம்பாள்: மாயவனுக்கு சிவபெருமானால் கிடைக்கப் பட்ட பெயர்தான் கோவிந்தா. அது இவ்விடத்திலே நடந்ததாம். அதனால் இந்த நகருக்கு கோவிந்தாபுரம் எனப் பெயர் வந்தது.

கட்டியக்காரன்: இவ்வளவு பெரிய கதையிருக்கா இந்த ஊருக்கு?

நீலாம்பாள் பாட்டு:

சாம்புவே சரணம் அரோகரா
சாம்புவே சரணம்
சங்கரன் ஐங்கரன்
சம்போ மகாதேவன்
சங்கரன் ஐங்கரன்
சம்போ மகாதேவன் (சா)

நீலாம்பாள்: இப்படியாக சங்கர நாராயணனைத் துதித்து எங்கும் அவர் புகழ் பாடிச் செல்கிறேன். கோவிந்தாபுர மக்களும் நீங்களும் எப்படி இருக்கிறீர்கள்?

கட்டியக்காரன்: எங்கம்மா? விலைவாசி விஷம்போல ஏறுது. கலப்படம், பதுக்கல் எல்லாம் நடக்குது. யார் போய்த் தடுக்கிறது?

நீலாம்பாள்: இப்படிப் பேசினால் ஆகாது. புறப்படுங்கள். யாராயிருந்தாலும் கேட்போம்.

பொ. ராஜகோபால்

(வேதாரண்யம் வருகை)

வேதாரண்யம் திரை விருத்தம்:

கடல் சூழ்ந்த உலகந்தன்னில்
கடவுளர் தங்கிப் பேசும்
இடமதாய் இருக்கும் நல்ல
கோவிந்தாபுரத்தை...

திடமுடன் ஆளவல்ல
தீரனாம் வேதாரண்யம்
துடைதட்டி சபைக்கு
துரிதமாய் வருகின்றேனே...

வேதாரண்யம் பாட்டு: *(ராஜராஜர்கள் மெச்சும் எ—மெ)*

கோவிந்தாபுரத்தையாளும்
கோமகன் வேதாரண்யம்
கோதண்டபாணியைக் காணவே கடுகெனவே
கோபத்தோடு வந்து மேவினேன்

கட்டியக்காரன் பாட்டு:

பார்த்தியாடா பலராமா
பனைமரத்தில பனங்காய்
எப்போ வெட்டலாம் சொல்லு அண்ணே
எடுத்து வாரேன் கத்தி அண்ணே
சந்திரனைக் கூட்டிக்கொண்டு
சாயுங்காலம் வெட்டிடலாம்
தா தைய தோம்
தரிகிட தாம்

வேதாரண்யம்: *காவலன், இந்த கோவிந்தாபுரத்தைப் பரிபாலித்து வரக்கூடிய வேதாரண்ய செட்டியார் என் பெயர். என் தாய் தந்தை பெயர் தெரியுமா?*

கட்டியக்காரன்: எனக்குத் தெரிந்தாலும் நீங்க சொல்லுங்க.

வேதாரண்யம் பாட்டு

சம்பந்த செட்டியாருக்கும்
சந்தான லட்சுமிக்கும்
சிங்கமாய் வந்து தோன்றினேன் இந்த
சீருலகில் பொங்கமாய் வந்து மேவினேன் (சம்)

வேதாரண்யம்: சம்பந்த செட்டியாருக்கும் சந்தான லட்சுமிக்கும் மகனாகப் பிறந்து வேதாரண்ய செட்டியாரென பெயர் பெற்று இச்சிறிய நகரமாகிய கோவிந்தாபுரத்தை என் கட்டுக்குள் வைத்து ஆட்சி செய்கிறேன். இன்று எனக்கு ஏன் இவ்வளவு கோபம் தெரியுமா?

கட்டியக்காரன்: ஏங்க இவ்வளவு கோபம்?

வேதாரண்யம்: என் நண்பனான கோதண்டபாணி நமது தானியக்கிடங்கில் ஆயிரம் நெல் மூட்டைகளை நேற்று இறக்குவதாகச் சொன்னான். ஆனால் இன்னும் இறக்கவில்லை. என் வியாபாரமே இவனால் பாதிக்கப் படுகிறது. இவனை என்ன செய்யலாம்?

கட்டியக்காரன்: ஒன்றும் செய்ய வேண்டாம். அவரையே கேளுங்க. இதோ வருகிறார்.

கோதண்டபாணி: நண்பா, பங்காளி வணக்கம்.

வேதாரண்யம்: வணக்கம் அது உன்னிடமே இருக்கட்டும்.

கட்டியக்காரன்: உங்கள்மீது கோபமாக இருக்கிறார்.

கோதண்டபாணி பாட்டு: *(பணிந்து துதி செய்த எ-மெ)*

எள்ளளவும் எந்தன்மீது
கோபப்படவே வேண்டாம் (நாம்)
நடத்திடும் வேலைகளைத்
தடுத்திடக் கூட்டமுண்டு

கோதண்டபாணி: கிடங்கிற்குத் தானியம் அனுப்ப வில்லை என்று என்மீது கோபம் வேண்டாம். பக்தி என்ற பெயரில் ஒரு கூட்டம் நாம் செய்யும் வேலைகளைத் தடுக்கிறது.

வேதாரண்யம் பாட்டு:

தடுத்திடும் கூட்டமதை
தாட்டியாய் நானறிய
காட்டிட வேணுமையா
கண்ட துண்டம் செய்வேன் மெய்யா

பொ. ராஜகோபால்

கோதண்டபாணி பாட்டு:

மெய்யாகவே காட்டுகிறேன்
(அவள்) செய்யும் ப்ரசாரமதை
பையவே பார்த்தீரானால்
உய்யவே நேருமையா

வேதாரண்யம் பாடுகிறார்:

நேருமென்று தானுரைத்தீர்
பாருமையா எந்தன் சக்தி
காருமென்று சொல்ல வைத்து
பேரதைப் பெறுவேன் கெத்து

வேதாரண்யம்: *யாரையா தடுக்கும் கூட்டம்? அந்தக் கூட்டத்திற்குத் தலைவன் யார்?*

கோதண்டபாணி: *தலைவன் இல்லை நண்பா, தலைவி.*

வேதாரண்யம்: *என்ன பெண்ணா இந்த வேலை செய்கிறாள்?*

கோதண்டபாணி: *ஆமாம். சிவபக்தை நீலாம்பாள் தான் பாட்டுப் பாடி மக்களைத் திசை திருப்பிப் பஞ்சம் வரக்காரணம் யாரென சிந்தியுங்கள் எனத் தூண்டிவிடுகிறாள் நமக்கு எதிராக.*

கூத்து பார்க்கும் வரதன்: *டேய் வடிவேலு, கேட்டியா?*

வடிவேலு: *ஆமாய்யா வரதா, நமக்கு ஏன் இந்தப் பஞ்சம் பசி?*

கட்டியக்காரன்: *சயலன்ஸ்!*

வேதாரண்யம்: *பாட்டைப் பாடி நாட்டைத் திருத்த நினைக்கும் நீலாம்பாளை வேட்டையாடிக் கொண்டுவா நண்பா நான்பார்க்கிறேன்.*

கோதண்டபாணி பாட்டு: *(நொண்டிச் சிந்து)*

பக்குவமாய் அழைத்து வாரேன்
பார்த்து நடந்துகொள்ளும் நண்பனே நீ
அய்யா நண்பனே நீ (பக்கு)

முக்கியமாய்ச் சொல்வதெல்லாம்
இக்குவலய மக்கள்
அவள் பக்கமே அய்யா
அவள் பக்கமே (மு)

கோதண்டபாணி: நம் கிடங்கில் உள்ள நெல் மூட்டைக்கடியில்தான் கஞ்சா (அபினி) எல்லாம் மறைத்து வைத்திருக்கிறேன்.

வரதன்: டேய் வடிவேலு...

வடிவேலு: யோ இந்த மோலியார் பண்ற மாதிரியே கீதுயா எல்லாம்...

வரதன்: இன்னிக்கு ரெண்டுல ஒண்ணு பாக்கணும்டா.

கட்டியக்காரன்: பேசாதீங்க!

வேதாரண்யம்: சீக்கிரம் டச்சுக்காரக் கப்பலில் ஹாங்காங்க்கு அனுப்புயா.

கோதண்டபாணி: நண்பா இன்னும் கொஞ்சம் நாள் போகட்டும். விலை இன்னும் ஏறட்டும்ன்னு பார்க்கிறேன். அதற்குள்ள இந்தத் தலைவலி...

வேதாரண்யம்: தலைவலி இருக்கட்டும். நீ சென்று அவளை அழைத்துவா.

கோதண்டபாணி: வருகிறேன்.

நீலாம்பாள் பாட்டு:

பிறக்கும் பொழுது என்ன கொண்டுவந்தோம்
கொண்டு செல்லுவதற்கு நாமும்
கொண்டு செல்லுவதற்கு

(நாம்) இறக்கும் முன்னே நன்மை செய்யணும்
வாடும் மனிதருக்கு நாட்டில்
வாடும் மனிதருக்கு

கோதண்டபாணி: மக்களுக்குத் தொண்டு செய்யவே அவதரித்த தாயே, வணக்கம். எங்கள் வேதாரண்யச் செட்டியாரும் உங்கள் மூலமாக மக்களுக்கு நல்லதைச் செய்ய நினைத்து அழைத்து வரும்படி சொன்னார்.

நீலாம்பாள்: இது என்ன புதுமை?

கோதண்டபாணி: புதுமை அல்ல. புரிதல்.

நீலாம்பாள்: யாருக்கு?

கோதண்டபாணி: எங்களுக்கு.

நீலாம்பாள்: சரி புறப்படுங்கள் பார்ப்போம்.

(வேதாரண்யம் வருகை)

நீலாம்பாள்: நமஸ்காரம் ஐயா.

வேதாரண்யம்: வாழ்த்துக்கள். நீலாம்பாள் என்பது...

நீலாம்பாள்: அடியேன்.

வேதாரண்ய: பக்தை நீலாம்பாள் என்பது...

நீலாம்பாள்: கடவுள் புகழைப் பாடுவதால் அப்படியும் அழைப்பார்கள்.

வேதாரண்யம்: சரி என்னைப் புகழ்ந்து ஒரு பாட்டு பாடுங்கள்.

நீலாம்பாள்: கடவுளைப் புகழ்ந்து மட்டும் பாடுவேன், மனிதர்களை அல்ல.

வேதாரண்யம்: உனக்கு எத்தனை வரான் வேணுமோ கேள். தருகிறேன். பாடுங்கள்.

நீலாம்பாள் விருத்தம்:

    பக்தனாய்ப் பாடமாட்டேன்
    பரமனே பரமயோகி
    எத்தினான் பக்தி செய்யேன்
      என்னை நீர் இகழ வேண்டாம்...

    முக்தனே முதல் வாதில்லை
    அம்பலத்தாடுகின்ற
    அத்தா உன் ஆடல் காண்பான்
    அடியேன் நான் வந்தவாறே....

நீலாம்பாள் பாட்டு:

> பெற்ற தாய்தனை மகன் மறந்தாலும்
> பிள்ளையைப் பெறும் தாய் மறந்தாலும்
> உற்ற திரேகத்தை உயிர் மறந்தாலும்
> உயிரை மேவிய உடல் மறந்தாலும்
>
> கற்ற நெஞ்சகம் கலை மறந்தாலும்
> கண்கள் நின்றிமைப்பது மறந்தாலும்
> நற்றவர்தவர் உள்ளிருந்தோங்கும்
> நமசிவாயத்தை நான் மறவேனே (பெற்ற)

நீலாம்பாள்: நல்லவர் உள்ளத்தில் எழும் நாதமான ஓங்காரத்தை உச்சரிப்பேனே ஒழிய உன்னைப்போல் உள்ளவரை அல்ல; வருகிறேன்.

வேதாரண்யம்: நில்லம்மா. நாட்டில் உள்ளவரை எல்லாம் பஞ்சத்துக்குக் காரணம் பதுக்கல் என்று சொல்லித் தூண்டிவிடுகிறாயாமே. உன் வேலையை மட்டும் பார்!

நீலாம்பாள்: என் வேலையைத்தான் பார்க்கிறேன். சந்தேகம் இருந்தால் சாவடியில் கேட்டுப்பார்.

வேதாரண்யம்: என்ன ஆணவம்!

நீலாம்பாள்: யாருக்கென்று எண்ணிப்பாருங்கள்.

(செல்லுதல்)

கோதண்டபாணி: நண்பரே பொறுங்கள்!

வேதாரண்யம்: இவளை என்னையா செய்யலாம்?

(இயக்கம்: வேதாரண்யம் நீலாம்பளைக் கொல்லப் போகிறார் என்று நம்பும் அளவுக்குப் பார்வையாளர்கள் நாடகத்தில் ஈடுபடுகிறார்கள். இதைத் தடுக்க அவர்கள் மேடையில் நுழைகிறார்கள்.

வரதன் பாட்டு: *(சுப்பாஷேஷா எ–மெ)*

> கண்டு கணகம் வடிவேல் திருணா அனைவரும் வாருங்க
> முதலியாரைக் கூலி கேட்க

பொ. ராஜகோபால்

போவோம் வாருங்கள்
எந்த சாக்கு சொன்னாலும்
நீங்க கேட்டிடாதிங்க
எடுத்து அடிவைக்கக்கூட
விடக்கூடாதுங்க

தீனதயாளன் பாடுகிறார்:

ஏதுக்கடா வாதுகள் பேசுறீர்
ஏதுக்கடா
தோதாக நுழைந்து
துஷ்டப் பயல்களே
மோதுகிறீர் வந்து
முதலியாரிடமே (ஏ)

தீனதயாளன்: *டேய் உங்களை என்ன செய்குறேன் பார்!*

கண்டு: *பார்ப்பதென்ன, நீ போய்ச் சேர்!*

வரதன்: *பஞ்சத்தில நாங்க பசியும் பட்னியுமா கெடக்குறம். நீங்க என்னடான்னா கோயிலு கும்பாசம் கூத்துன்னு கும்மாளம். இதுக்கு மட்டும் இருக்குதா?*

வடிவேலு: *யோ மோலியர் நெல்ல எங்க பதுக்கி வச்சீகிற சொல்லு.*

கந்தசாமி: *என்னடா கூலிக்காரப்பசங்கள்லாம் வந்து கலாட்டா பண்றீங்க?*

புவனகிரி: *டேய் யார்கிட்ட என்ன பேசறீங்க?*

வரதன்: *இதுக்கும் அதுக்கும் ஜால்ரா போடராரு இவர குத்தணும்.*

கனகம்: *ஏன்டி வெள்ளைகார்சி, போட்டா எடுக்கிற போட்டா? நாங்களே பஞ்சத்தில் இருக்கிறோம். உன் போட்டா கஞ்சி குடுக்குமா?*

குயிண்டினா: *What's happening? Who are these people? What do they want? ஏன் கலட்டா செய்து?*

கனகம்: *சாப்பாட்டுக்குப் பஞ்சம். உங்க அண்ணன்கிட்ட போய்ச் சொல்லு! நீ பழவேற்காட்டுக்கு ராணியா*

நமக்குக் கூலி கொடுக்காம..? உன் வீட்டுக்காரர் கஞ்சா வித்த பகோடா எங்கே வச்சிகிறார் சொல்லு!

கமலாதேவி: *கனகம், இவர்களை விடுங்கள். சண்டை வேண்டாம்.*

யாகோபாஸ்: *விடுங்கள். பேசி ஒரு முடிவெடுப்போம்.*

வரதன்: *விடறம்! எங்களுக்கு ஒருவழி சொல்லச் சொல்லு. அப்பறம் விடறோ(ம்)!*

கமலாதேவி பாட்டு: *(நில்லும் நில்லும் எ–மெ)*

சொல்லும் சொல்லும் முதலியார்
பதிலை நீங்கள்
சொல்லும் சொல்லும் முதலியார்
பசியால் வாடுகின்ற பாமர மக்களும்
துன்பப்படுகின்றார்
துளைக்கவில்லையா மனம் (சொல்)

யாகோபாஸ்: *பதில் சொல்லுங்கள் முதலியார்.*

கந்தசாமி: *என்கிட்ட என்ன இருக்குது? வியாபாரம் எல்லாம் நஷ்டத்தில போது. உங்களுக்குத் தெரியாது?*

வரதன்: *பொய்! நெல்மூட்டைக்கு அடியிலே என்ன வச்சிக்கிறீங்க?*

கந்தசாமி: *என்ன சொல்றீங்கடா? ஒண்ணுமே புரில்ல...*

வடிவேலு: *புரியாது புரியாது. நீங்களா கொண்டு வரீங்களா, இல்ல நாங்க கொண்டு வர்ட்டுமா?*

யாகோபாஸ்: *அது இருக்கட்டும். இப்போ உங்களுக்கு பசி தீரணும். அதற்கு நான் ஏற்பாடு செய்றேன். என்னுடைய ஐநூறு நெல் மூட்டைகள் மதராஸ் துறையில் இருக்கிறது முதலியார், அது கொண்டுவர உங்களுடைய மாட்டு வண்டிகளை அனுப்புங்க.*

கந்தசாமி: *சரி... எடுத்துப் போங்க.*

கமலாதேவி: *ஏம்மா கனகம், அவர்களை விடுங்க! குயின்டினா மேடம், உங்களுடைய அண்ணன் கொடுக்க வேண்டிய நெல் இந்த மனுஷன்*

கொடுக்கிறார். இதற்கான நடவடிக்கை உங்களுடைய அரசாங்கம் ஏன் எடுக்கவில்லை என்று உங்களுடைய அண்ணனைக் கேட்டுப்பாருங்கள்!

குயின்டினா: *Alright.* இங்க வாங்க (ரகசியம்) நான் யாகோபோசை லவ் செய்யுது. நீதான் எங்களை...

கமலாதேவி: ... சேர்த்துவைக்கணும். அப்படிதானே?

குயின்டினா: *I've seen you looking at him!* நான் உன் பார்வையைப் பார்த்தேன். எங்களுக்கு இடையில் வராதே. *Don't dare to come in between us. You are just an actress. You are no match for him!* நீ ஒரு கூத்தாடி. எப்படி அவரை நினைக்கலாம்?

கமலாதேவி: உங்களுக்கு என்ன தெரியும்?

முனுசாமி: சரி வாங்க பாஸ்.

யாகோபாஸ்: கமலாதேவி, போய் வரட்டுமா?

கமலாதேவி: ஆமாம். நாங்கள் முதலியாரிடமிருந்து அம்பகம் வாங்கி வருகிறோம். மாதாவரத்தில் சந்திக்கலாம்.

காட்சி 11

இடம்: மாதாவரம்

(கமலாதேவி மௌனமாக அமர்ந்திருத்தல்)

யாகோபாஸ் பாட்டு: *(இந்த வனமாதைப்போல் எ–மெ)*

> இந்த மௌனமெதற்கு கமலாதேவி
> ஏன் மனம் வாடுகின்றாய்
> (எனக்கு) சொந்தமாய் இருக்கும்
> பொருளதை விற்று
> வந்த பஞ்சம் தடுக்க
> வகைசெய்திடுவோம் நாமும் (இந்த)

யாகோபாஸ்: கமலாதேவி, இப்படி பேசாமலிருந்தால் எப்படி?

கமலாதேவி: எப்படி ஆரம்பிப்பது என்றுதான் புரியவில்லை.

யாகோபாஸ்: ஊர் மக்கள் பஞ்சம் தீர ஏதாவது செய்ய வேணுமென்றாயே அதுதானே?

கமலாதேவி: அது மட்டும் அல்ல.

யாகோபாஸ்: வேறென்ன?

கமலாதேவி: கவர்னர் தங்கை குயிண்டினா மிஸ்... உங்களை விரும்புகிறாளாம்.

யாகோபாஸ்: பைத்தியம்.

கமலாதேவி: ஆமாம்... என்னையே சொல்லச் சொன்னாள்.

யாகோபாஸ்: அவள் சொன்னா அப்படியே நம்புவதா?

கமலாதேவி: நம்பவில்லை. இருந்தாலும் அவர்களிடம் சொல்கிறேன் என்றேன். ம்... நாடகத்திலே மனதில் தோன்றும் ஆசையை அப்படியே சொல்லும் சூர்ப்பனகையாகவும் பக்தையாகவும் இப்படி பலவேஷம் ஆடினாலும் என் நிஜ வாழ்க்கையில் ஏற்பட்ட ஆசைகளைச் சொல்லவும் முடியாமல் மெல்லவும் முடியாமல் இருதலைக் கொள்ளி எறும்பாகத் தவிக்கின்றேனே... அதனால்தான்...

யாகோபாஸ்: சொல்லிவிட்டாய். ஆனால் நான் ஒருத்தியை விரும்புகிறேன். அவள்...

நாகபூஷணம்: யாரென்று சொல்லுங்கள். முடித்து வைக்கிறேன்.

யாகோபாஸ்: கலையிலே சிறந்தவளும் கற்சிலை போல் அழகிலே மிகுந்தவளும் காமன் வலையிலே வீழ்ந்தவளும் கறுப்பு சிகப்புக்கிடையில் சந்தேகம் கொள்பவளும் மக்களைக் காப்பாற்றத் துடிக்கும் கமலாதேவிதான்.

பொ. ராஜகோபால்

யாகோபாஸ்: *அம்மா நீங்கள் என்ன சொல்கிறீர்?*

நாகபூஷணம்: *கமலாதேவி என்னம்மா சொல்ற?*

கமலாதேவி: *(மௌனம்)*

முனுசாமி *அவர்கள் பார்வையைப் பார்த்துமா இன்னும் சும்மா இருக்கீங்க? அடியுங்க கெட்டி மேளம்.*

நாகபூஷணம்: *எனக்குப் பரிபூரண சம்மதம்.*

கட்டியக்காரன்: *இப்படிப் பார்வையில் மலர்ந்த கமலாதேவி யாகோபோஸ் வாழ்க்கையில் மக்கள் பசி போக்கி வாழ்ந்தார்கள். பிறகு இவ்வூர் மக்கள் அவர்கள் பெயரால் சத்திரம் அமைத்துப் பசிப்பிணி போக்கி, அத்தொண்டை விடாது நடத்திவருகிறார்கள்.*

சபையோர்களே பெருங்கட்டூர் பொன்னுசாமி ஆசிரியர் குமாரர் பொ. ராஜகோபால் அவர்களும் அவர் துணைவியார் ஹன்னா எம்.டி புரூயின் அவர்களும் இயற்றி இயக்கிய 'பார்வை' எனும் கூத்து கட்டைக்கூத்து சங்கக் குழுவினரால் நடிக்கப்பட்டு இத்துடன் முடிவடைகிறது. நன்றி வணக்கம்.

○